D1763850

திருமண ஆல்பம்

அன்பார்ந்த வாசகருக்கு,

வணக்கம்.

காலச்சுவடு நூலை வாங்கியமைக்கு நன்றி.

நூலின் உள்ளடக்கம், உருவாக்கம், அட்டைப்படம் இன்ன பிற அம்சங்கள் பற்றிய உங்கள் கருத்துகளையும் ஆலோசனைகளையும் காலச்சுவடு வரவேற்கிறது. தகவல், எழுத்து, வாக்கியப் பிழைகள் தென்பட்டால் கட்டாயம் தெரிவித்து உதவுங்கள். நூல் தயாரிப்பில் கடும் குறைபாடு இருப்பின் மாற்றுப் பிரதி உங்களுக்குக் கிடைக்கக் காலச்சுவடு ஏற்பாடு செய்யும்.

மின்னஞ்சல்: publisher@kalachuvadu.com

காலச்சுவடு நாகர்கோவில் தலைமையகத்துக்கும் கடிதம் அனுப்பலாம்.

தங்கள்
எஸ்.ஆர். சுந்தரம் *(கண்ணன்)*
பதிப்பாளர் – நிர்வாக இயக்குநர்

திருமண ஆல்பம்

கிரீஷ் கார்னாட் (1938 – 2019)

ஐம்பதாண்டுகளுக்கும் அதிகமாக நவீன கன்னட நாடக உலகில் ஊக்கத்துடன் இயங்கிவந்த ஆளுமை கிரீஷ் கார்னாட். வரலாறு, தொன்மம், சமூகம் எனப் பல்வேறு பின்னணிகள் சார்ந்து கன்னட மொழியில் பதினைந்துக்கும் மேற்பட்ட நாடகப்பிரதிகளை உருவாக்கியவர். அவை தமிழ், மலையாளம், இந்தி, மராத்தி, வங்காளம் எனப் பல மொழிகளில் மொழிபெயர்க்கப்பட்டிருக்கின்றன. இந்தியாவின் மிக முக்கியமான நாடக இயக்குநர்களான இப்ராஹிம் அல்காசி, பி.வி. காரந்த், பிரசன்னா, அரவிந்த கௌர், விஜய் மேத்தா, சியாமானந்த ஜலன், ஜாபர் மொகிதீன் போன்றவர்களால் கிரீஷ் கார்னாட்டின் நாடகங்கள் மேடையேற்றப்பட்டன.

இந்தியாவின் முக்கியமான இலக்கிய விருதுகளில் ஒன்றான ஞானபீட விருது 1998ஆம் ஆண்டில் கிரீஷ் கார்னாட்டுக்கு வழங்கப்பட்டது. பத்மஸ்ரீ, பத்மபூஷன் விருதுகளையும் பெற்றவர். தனித்துவம் வாய்ந்த தன் திறமையால் மிகச்சிறந்த திரைப்பட இயக்குநராகவும் குணச்சித்திர நடிகராகவும் கிரீஷ் கார்னாட் நாடறிந்த ஆளுமைகளில் ஒருவராக விளங்குகிறார்.

இவர் 10.06.2019 அன்று இயற்கை எய்தினார்.

பாவண்ணன் (பி. 1958)

மொழிபெயர்ப்பாளர்

நவீன தமிழ்ச் சிறுகதைப் படைப்பாளிகள் வரிசையில் முக்கியமானவர். இயற்பெயர் ப. பாஸ்கரன். பதினேழு சிறுகதைத் தொகுதிகளும் மூன்று நாவல்களும் இரு குறுநாவல்களும் மூன்று கவிதைத் தொகுதிகளும் இருபது கட்டுரைத் தொகுதிகளும் ஐந்து குழந்தைப் பாடல் தொகுதிகளும் சிறுவர் கதைத் தொகுதியொன்றும் இவருடைய சொந்தப் படைப்புகள். ஐந்து நாவல்கள், ஒன்பது நாடகங்கள், இரண்டு தலித் சுயசரிதைகள், ஒரு சிறுகதைத் தொகுதி, கன்னட தலித் எழுத்துகளைப் பற்றிய அறிமுக நூல், நவீன கன்னட இலக்கிய முயற்சிகளை அடையாளப்படுத்தும் இரண்டு தொகைநூல்கள் என எண்ணற்ற படைப்புகளைக் கன்னடத்திலிருந்து தமிழுக்கு மொழிபெயர்த்துள்ளார்.

1995இல் வெளிவந்த 'பாய்மரக் கப்பல்' நாவலுக்கு இலக்கியச் சிந்தனைப் பரிசும் 'பயணம்' என்னும் சிறுகதைக்கு 1996இல் கதா விருதும், 'பருவம்' என்னும் கன்னட நாவலை மொழிபெயர்த்தமைக்காக 2005இல் சாகித்திய அகாதெமி விருதும் பெற்றவர். 2018இல் இந்திய-அமெரிக்க வாசகர் வட்டம் வாழ்நாள் சாதனையாளர் விருதளித்துக் கௌரவித்தது.

மனைவி: அமுதா. மகன்: அம்ரிதா மயன் கார்க்கி.

மின்னஞ்சல்: paavannan@hotmail.com

கிரீஷ் கார்னாட்

திருமண ஆல்பம்

கன்னடத்திலிருந்து தமிழில்
பாவண்ணன்

காலச்சுவடு பதிப்பகம்

திருமண ஆல்பம் ❖ நாடகம் ❖ ஆசிரியர்: கிரீஷ் கார்னாட் ❖ © சரஸ்வதி கணபதி ❖ கன்னடத்திலிருந்து தமிழில்: பாவண்ணன் ❖ மொழிபெயர்ப்பு © பாவண்ணன் ❖ முதல் (குறும்) பதிப்பு: ஜூலை 2019 ❖ வெளியீடு: காலச்சுவடு பப்ளிகேஷன்ஸ் (பி) லிட்., 669 கே.பி. சாலை, நாகர்கோவில் 629001

காலச்சுவடு பதிப்பக வெளியீடு: 906

tirumaNa aalpam ❖ Play ❖ Author: Girish Karnad ❖ © Saraswathy Ganapathy ❖ Translated from Kannada by: Paavannan ❖ Translation © Paavannan ❖ Language: Tamil ❖ First (Short) Edition: July 2019 ❖ Size: 14 x 15cm ❖ Paper: 18.6 kg maplitho ❖ Pages: 160

Published by Kalachuvadu Publications Pvt. Ltd., 669 K.P. Road, Nagercoil 629001, India ❖ Phone: 91-4652-278525 ❖ e-mail: publications @kalachuvadu.com ❖ Printed at Compuprint Premier Design House, Chennai 600086

ISBN: 978-93-88631-61-7

07/2019/S.No. 906, kcp 2394, 18.6 (1) rss

திருமண ஆல்பம்

பாத்திரங்கள்

அம்மா

அப்பா

ஹேமா – மூத்த மகள்

ரோகித் – மகன்

விதுலா – இளைய மகள்

ராதாபாய் – சமையல்காரி

விவான் – பக்கத்துவீட்டுப் பையன், பதின்மூன்று வயது

மோகன் ஹத்தங்கடி

மீரா ஹத்தங்கடி

கோபால் ஸிரூர்

வத்ஸலா ஸிரூர்

பிரதிபா கான்

சேவகன்

இரு இளைஞர்கள்

அஷ்வின் பன்ஜி

காட்சி: ஒன்று

முதல் காட்சி, ஐந்தாம் காட்சிகளிலுள்ள சம்பவங்கள் நாடகத்தின் மற்ற சம்பவங்களைவிட மூன்று ஆண்டுகள் கழித்து நடக்கின்றன.

ஒரு டெலிவிஷன் திரை (அல்லது பிளாஸ்மா திரை). அதில் விதுலாவின் close up முகம். அவள் நேராக கேமிராவைப் பார்த்து வெட்கத்தில் உடலை ஒடுக்கிக்கொண்டு பேசுகிறாள். அவ்வப்போது சிரிக்கிறாள். இடையிடையில் கேமிராவை இயக்கிக் கொண்டிருக்கும் ரோகித்தைப் பார்த்துப் பேசுகிறாள். நமக்கு ரோகித்தின் குரல் கேட்கிறது. ஆனால் அவன் கேமிராமேனாக இருப்பதால் அவனுடைய முகம் தெரிவதில்லை.

விதுலா: ... நான் விதுலா. விதுலா நாடகர்ணி. என் வயது இருபத்திரண்டு. இருபத்திரண்டரை. நான் பி.ஏ. முடிச்சிருக்கேன். Geography. போன ஆண்டு. இப்போது எதுவும் செய்யலை. ஒரு ட்ராவல் ஏஜன்சியில ஆறு மாதம் வேலை பார்த்தேன்.

(நிறுத்தி, ரோகித் பக்கமாகப் பார்த்து)

அப்புறமா விட்டுட்டேன். போரடிச்சிது. நான் அமெரிக்காவுக்கு வந்தால் வேலை செய்யவேண்டியிருக்குமா? என்னிடம் அந்தத் திறமையே இல்லை...

ரோகித்: *(குரல் மட்டும்)* கொஞ்சம் சிரிச்சிகிட்டே பேசேன். Look cheerful.

விதுலா: ஏன்? பார்க்கறதுக்கு ரொம்ப மோசமா தெரியறேனா?

ரோகித்: அப்படி எதுவும் இல்லை. ஆனாலும் cheer up. கொஞ்சம் கலகலப்பா பேசேன். இன்னொரு தரம் முதலிலிருந்து தொடங்கலாமா?

விதுலா: *(உற்றுப் பார்த்து)* இன்னொரு முறையா? சாத்தியமே இல்லை. இதுவே மூன்றாவது முறை. போதும்போதும்னாயிடுச்சி.

ரோகித்: ஆனாலும் அவனுக்கு உன்மீது கொஞ்சமாச்சிம் *impression* வரணுமில்லையா?

விதுலா: ஒன்னும் அவசியமில்லை. நான் எப்படி இருக்கிறேன்னு அவனுக்குத் தெரிஞ்சா போதும்.

ரோகித்: அதுக்காக, நீயும் ரொம்ப கஷ்டப்பட்டு பட்டிக்காடுமாதிரி காட்டிக்க வேண்டிய அவசியமில்லை

விதுலா: *(கோபத்தோடு கேமிராவைப் பார்த்தபடி)* நான் ஒன்னும் glamorous இல்லை. நீங்க பாக்கறிங்க இல்லையா, இதுபோலவே இருக்கேன். நான் எந்த வகையிலும் விதிவிலக்கானவள் அல்ல. அப்புறம், எந்த வகையிலும் நீங்க நிராசைக்கு ஆளாகிடக்கூடாது.

(கேமிரா அவள் முகத்திலிருந்து விலகுகிறது. கூடத்தின் ஒரு மூலையைத் தலைகீழாகக் காட்டுகிறது.)

ரோகித்: *(குரல்)* இங்க பாரு, இந்த டேப்பை இப்படியே அனுப்புவது முடியாத காரியம். அவன் என்ன நெனச்சிக்குவான் ...

விதுலா: *(குரலை உயர்த்தி)* நான் ரீஷூட்டுக்கு தயாராக இல்லை. இப்படியே போகட்டும். நான் இருப்பதே இப்படித்தான். இன்னொரு டேக் எடுக்கறதால நான் ஒன்னும் *improve* ஆகிடமாட்டேன்ங்கறது உனக்கும் தெரியும். எனக்கும் தெரியும். இன்னும் கொஞ்சம் தப்புகள், உளறல்கள் மட்டும் உறுதி.

ரோகித்: சரி, *It's your life.*

(கேமிரா மீண்டும் அவள் முகத்தை நோக்கித் திரும்புகிறது. மேற்கண்ட உரையாடல் நிகழ்ந்துகொண்டிருக்கும்போதும் தடையில்லாமல் ஷூட்டிங் நடந்துகொண்டே இருக்கிறது.)

விதுலா: ரோகித், இன்னும் என்ன பேசணும்?

ரோகித்: நம்முடைய குடும்பத்தைப்பற்றிச் சொல். அவனுக்கு எல்லாத் தகவல்களையும் கொடுத்தாச்சி. ஆனாலும் உன் வாயால நீ சொல்.

விதுலா: *(பாடம் ஒப்பிப்பதைப்போல)* எங்கள் அப்பா கவர்மென்ட் சர்வீஸ்ல டாக்டரா இருந்தார். நாங்க மூணு பேர் அவருடைய பிள்ளைகள். ஹேமா அக்கா கல்யாணம் முடிஞ்சி கணவனோடு ஆஸ்திரேலியாவில இருக்கிறாள். அடுத்து ரோகித். அவன்தான் இந்த ஃபிலிம் ஷூட்டிங்

செஞ்சிட்டிருக்கான். இவன் ஓர் இலக்கியவாதி. கதை எழுதுவான். டெலிவிஷன் ஸ்க்ரிப்ட்ஸ் எழுதுவான். எங்க குடும்பத்துல எல்லோரைவிடவும் அதிக புத்திசாலி.

(நிறுத்தி, ரோகித்தைப் பார்த்து)

அப்படின்னு அவன் நெனச்சிகிட்டிருக்கான்.

(சட்டென்று கலகலவென்று சிரிக்கிறாள்)

எனக்கும் – ஹேமா அக்காவுக்கும். உள்ள எண்ணமே வேறு.

(சிரிக்கிறாள். சட்டென்று குரல் மாற)

ஹேமா அக்காவை அடுத்து ஒரு பையன் பிறந்திருக்கான். அவனுக்கு என்னமோ ... சரியில்லை. மந்தபுத்தி. *He was retarded – mentally challenged.* என்னமோ தெரியலை, செத்துட்டான் ...

ரோகித்: ஏய், அவனை இம்ப்ரெஸ் பண்ணனும்னு நெனைக்கறியா? அல்லது பயம் காட்டி ஓடவைக்கறியா?

விதுலா: *(ரோகித்திடம்)* அவருக்கு எல்லாம் தெரிஞ்சிருக்கட்டும். யாருக்குத் தெரியும், அவருக்கு பரம்பரையைப்பத்தி நம்பிக்கை இருக்கலாம். வம்சாவளியா வரக்கூடிய நோய்கள் – *heredity*

(கேமிராவைப் பார்த்து)

உங்களுக்குத் தெரியுமில்லையா? ... சில விஷயங்களைக் குடும்பத்துல ரகசியமா வச்சிருப்பாங்க. குசுகுசுன்னு பேசிக்கிறத தவிர யாரும் அதைப்பற்றி வாயையே திறக்கமாட்டாங்க. அந்தப் பையனைப் பற்றியும் அப்படித்தான் ...

ரோகித்: இன்னும் ஏதாவது உன்னைப்பற்றி சொல்றதுக்கு இருக்குதா?

விதுலா: இருக்குது, இருக்குது. ஒரு விஷயத்துல உறுதி கொடுக்க முடியும். நான் *retarded* கிடையாது. *Not mentally challenged. Bright* டும் கிடையாது. ஆனால் நார்மல்.

(சிரிக்கிறாள்)

அப்படின்னு நான் நம்புகிறேன். ஆனால் ஐ.க்யூ... சரி அது வேணாம், அது சாதாரணமான விஷயம். அப்புறம் என்ன? ம். சமைக்கத் தெரியும். ஆனா அந்த அளவுக்கு சொல்லிக்கிறமாதிரி இருக்காது. நல்ல காலமா யாரும் என்னை *C.Q. work out* பண்ணிப் பார்த்ததில்லை. சி.க்யு. ன்னா *cooking quotient.!*

(சிரிக்கிறாள்)

எங்க அப்பா ஜோக். என்னுடைய *C.Q.* சாதாரணமா எண்பது இருக்கலாமோ என்னமோ. ஆனால், வேலை பார்க்கிற சாமர்த்தியம் கிடையாது. அதனால சமையலறையில்தான் என் எதிர்காலம் அடங்கியிருக்குதுன்னு நினைக்கிறேன்.

(ரோகித்திடம்)

இதெல்லாம் அவசியமா?

(கேமிராவைப் பார்த்து)

இந்தமாதிரியான விஷயங்களிலெல்லாம் நான் கொஞ்சமும் பிரயோஜனம் இல்லாதவள். இதெல்லாம் ரோகித்துடைய *field*. வீடியோ கேமிரா வருவதற்கு முன்னாலேயே மக்கள் தமக்குள்ளே எப்படி அறிமுகம் செஞ்சிக்கிட்டாங்க?

கேமிரா முன்னால இப்படி உட்கார்ந்தா *I feel like a goose.* இங்கிலீஷ்ல *goose* னு ஏன் சொல்றாங்கன்னு எனக்கு தெரியலை. ஒரு வாத்துடைய பெருமை என்ன? *Goose* னா? வாத்துன்னு சொல்லமுடியுமா? வாத்துக்கு *duck* ன்னுதானே சொல்லணும். என்னமோ. *Goose.*

(சிரிக்கத் தொடங்குகிறாள்.)

ரோகித்: ஈஈன்னு இப்ப ஒன்னும் சிரிக்க ஆரம்பிச்சிடாதே. ஒருதரம் ஆரம்பிச்சிட்டா, நீ நிறுத்தறதே கிடையாது.

விதுலா: *(சிரித்தபடி)* அவருக்கும் என்னுடைய இந்த பலவீனம் தெரியணுமில்லையா?

(கேமிராவின் பக்கம் திரும்பி) ஒருவகையில ரோகித் சொன்னது உண்மை. ஒருதரம் சிரிக்க ஆரம்பிச்சிட்டா, என்னால அதை நிறுத்தவே முடியாது.

(தடுக்கவியலாதபடிக் கலகலவென்று சிரிக்கிறாள்)

ரோகித்: *Control yourself.* இப்ப நிறுத்தறியா ...

(அவள் இன்னும் வேகமாகச் சிரிக்கிறாள்.)

நான் சொல்றது கேக்கலையா?

(டேப் முடிந்துபோகிறது. ஆபீஸில் விளக்கு எரியத் தொடங்குகிறது. பிரதிபாவும் ரோகித்தும்.

பிரதிபா. வயது ஏறத்தாழ நாற்பத்தைந்து. கச்சிதமாக உடுத்தியிருக்கிறாள். பேச்சிலும் நடையிலும் தன்னம்பிக்கை தெரிகிறது. கன்னடம் அவர்களுடைய தாய்மொழியல்ல.

ரோகித். இந்தக் காட்சியில் (மற்றும் ஐந்தாவது காட்சியில்) சூட் அணிந்திருக்கிறான். வயது முப்பத்தொன்று. அவனுடைய கழுத்தில் அணிந்திருக்கும் டை தளர்ந்து தொங்குகிறது. நாற்காலியின் விளிம்பில் கோட் தொங்குகிறது. கொஞ்சம் தொப்பை விழுந்திருக்கிறது. அடர்த்தியான மீசையை வளர்த்துக் கொண்டிருக்கிறான்.)

ரோகித்: ஆரம்பத்துல ரொம்ப தன்னம்பிக்கையாக இருந்தாள். அப்புறம் போகப்போக ரிலாக்ஸாயிட்டா. *She became quite good at it.*

பிரதிபா: ரோகித், எனக்கு உன் தங்கையின் பெர்சனாலிடி ரொம்ப புடிச்சிருக்குது. ஆனால் என்னமோ –

ரோகித்: என்னமோ?

பிரதிபா: இன்றைய காலகட்டத்துல, நமது பார்வையாளர்கள் இந்தக் கதையை ஏற்றுக்கொள்வது கொஞ்சம் கஷ்டமான விஷயம்...

ரோகித்: பிரதிபாஜி, இது உண்மைக்கதை. இப்பதான் மூன்று ஆண்டுகளுக்கு முன்னால நடந்த கதை. எங்க வீட்டிலேயே. நான் எழுதியதுபோல –

பிரதிபா: ரோகித், நம்முடைய பார்வையாளர்கள் *predominantly, young audience, college going or young I.T. types.*

ரோகித்: *So?*

பிரதிபா: *Let me put it in this way.* மக்கள் நம்பலாம். ஆனா அவர்களுக்குக் கண்டிப்பா பிடிக்காது. ஒரு நடுத்தட்டு

பிரிவைச் சேர்ந்த பொண்ணு சுஷிக்ஷிதா. க்ராஜிவேட். ஒருவாரம்கூட அறிமுகமில்லாத ஒரு பையனைக் கல்யாணம் செய்துக்கப்போறாள்னா – அந்தப் பையன் அமெரிக்காவில இருந்தவன். திடீர்னு வந்து, முன்னபின்ன தெரியாத, பழக்கமே இல்லாத ஒரு பொண்ண –

ரோகித்: அவுங்க ஒன்னும் முழுக்கமுழுக்க அறிமுகமே இல்லாதவங்க கிடையாது. அதான் சொன்னனே – *video tapes exchange* பண்ணிக்கிட்டாங்க. மொபைல் போன்ல பேசிக்கிட்டாங்க. அதுமட்டுமில்லாம, அந்தப் பையனும் எங்க சாதிக்காரன்.

பிரதிபா: அவளுக்கு பாய் ஃப்ரண்ட்ஸ் யாரும் இல்லையா? அஃபையர்ஸ் கிஃபையர்ஸ் –

ரோகித்: சீச்சீ. என் தங்கை அப்படிப்பட்டவள் கிடையாது. நல்ல பொண்ணு.

பிரதிபா: *(சிரித்து)* அதாவது, உங்களுடைய கருத்துப்படி, நல்ல பொண்ணுங்கறதுக்கு *defination* அதுதான்னு தோணுது.

ரோகித்: அதில தப்பு என்ன இருக்குது? அவள் உண்மையிலேயே அப்பாவி. கூச்ச சுபாவமுள்ளவள். யாரும் அவள்கிட்ட போய் பாய் ஃப்ரண்ட்ஸ் வச்சிக்காதேன்னு சொன்னதில்லை. எனக்கு ஒரு கேர்ள் ஃப்ரண்ட்ஸ் இருந்தாள். இந்து இல்லை. கத்தோலிக்கப்பெண். யாரும் அதைத் தடுக்கலை.

(அரைநொடி நேரம் மௌனம். அதற்குப் பிறகு)

பிரதிபா: அடுத்து, திருமண வாழ்க்கை?

ரோகித்: *பரவாயில்லை. எல்லா ஏற்பாடுகளோடும் சிறப்பாகவே நடந்ததுன்னுதான் நினைக்கிறேன். கல்யாணமாகிப் போனபிறகு மூணு வருஷம் அவள் தன் தாய்வீட்டுக்கே வரலை.*

பிரதிபா: *உங்க அம்மா அப்பாவைப் பார்க்கறதுக்குக்கூட வரலையா?*

ரோகித்: *முதல் வருஷத்திலேயே கர்ப்பமாயிட்டா. அவளுடைய உடல்நிலை ரொம்ப பலவீனமா இருக்குதுன்னு அவளை அனுப்பிவைக்கலை. அதற்கே எங்க அம்மா ரொம்ப மனசு கஷ்டப்பட்டாங்க. அதற்குப்பிறகு miscarriage ஆயிட்டுது. அப்பா காலமாயிட்டதுக்கப்புறம் அம்மா தனிமையில் இருக்கும்படி ஆயிட்டுது. பற்றற்ற வாழ்க்கை. தார்வாட்ல தனியா இருந்தா. விதுலாதான் அவளுக்கு அடிக்கடி கடிதம் எழுதுவா. போன்ல பேசுவா. மறுபடியும் கர்ப்பமாம். ஆஸ்திரேலியாவுல ஹேமா அக்காவோடு தொடர்பு வச்சிருக்கிறா. ஆனால், நான் கல்யாணமாகி பெங்களூருக்கு வந்தபிறகு – அவளுடைய தொடர்பு குறைந்துவிட்டது.*

பிரதிபா: *நானும் அதைத்தான் சொன்னேன். உண்மையான வாழ்க்கையிலேயே அவளுடனான தொடர்பு நிலைத்து நிற்கலை. அப்படி இருக்கும்போது, டெலிசீரியல்ல எப்படி உயிர்ப்போட இருக்கும்?*

ரோகித்: *(கோபத்தோடு)* That's not fair, பிரதிபாஜி.

பிரதிபா: Sorry *ரோகித், அந்தக் கதை என்னமோ எனக்கு* convince *ஆகலை. அதைவிட அந்த பத்தாவது எப்பிசோட்*

இருக்குதே, அதைக் கொஞ்சம் பார்க்கலாமா? அதில் அதிக அளவில அழுத்தம் இருக்குது.

ரோகித்: ராதாபாய்?

பிரதிபா: ஆமாம்.

(ரோகித் கோப்பைத் திறந்து படிக்கத் தொடங்குகிறான்.)

காட்சி: இரண்டு

கூடம். சோஃபாவின்மீது பதினைந்து, இருபது புடவை களின் குவியல். விதுலாவும் அம்மாவும் புடவைகளைத் தேர்ந்தெடுக்கிறார்கள். யார்யாருக்கு எந்தெந்தப் புடவையைக் கொடுக்கவேண்டும் என்று ஒதுக்கிவைக்கிறார்கள். அப்பா இன்னொரு நாற்காலியின்மீது உட்கார்ந்து செய்தித்தாளைப் படிக்கிறார். படிக்கும்வகையில் பிடித்துக்கொண்டிருக்கிறாரே தவிர படிப்பதில் அவருடைய கவனம் பதிந்திருக்கவில்லை. அவ்வப்போது பத்திரிகையைக் கீழே வைத்துவிட்டு, வெறுமை யாக அடிவானத்தைப் பார்க்கிறார். கொட்டாவி விடுகிறார். 'போதும்டா இந்த வாழ்க்கை', 'அலுப்பு' என்று பெருமூச்சுவிடுகிறார்.

விதுலா: *(ஒரு புடவையை எடுத்து)* இது இந்திரா மாமிக்கு. இது மித்ரா அக்காவுக்குப் பொருத்தமா இருக்கும்.

அம்மா: அந்த இந்திராவுக்கு இவ்வளவு விலையுயர்ந்த புடவையா? வந்து ஒன்பது வருஷமாய்டுச்சி. ஒருநாள் கூட சாப்பாட்டுக்கு அழைச்சதில்ல.

விதுலா: பாசமா பேசறாங்க இல்ல, அது போதும்.

அம்மா: எல்லாம் மேலுக்குத்தான். உள்ளுக்குள்ளே இருக்கிற அசிங்கத்தயெல்லாம் சொல்லமுடியாது ...

(ஒரு காஞ்சிபுரம் புடவையை எடுத்து) இந்தக் காஞ்சிபுரம் ஹேமா அக்காவுக்குப் பொருத்தமா இருக்குமா?

விதுலா: இந்த நிறத்துல அக்கா கட்டுவாங்களா? நான் ஒரு முறையும் பார்த்ததில்லை.

(அழைக்கிறாள்) ஹேமாக்கா, ஹேமாக்கா ...

ஹேமா: *(உள்ளிருந்தபடியே)* என்ன?

விதுலா: அங்கே உள்ள என்ன பண்ணிட்டிருக்கே? செலெக்ஷனுக்காக ஓஸ்வால் புடவைங்க வந்திருக்குது. வாயேன்.

ஹேமா: *(உள்ளிருந்தபடியே)* பார்த்துட்டேனே, எல்லாமே அழகா இருக்குது. அது சரி, ஒரு வேலைக்கு மூணு பேரு ஏன்? நீங்க செலெக்ட் பண்ணுங்க. எனக்கு எதுவா இருந்தாலும் சரிதான்.

(ஹேமாவின் இந்தப் போக்கைத் தன்னால் புரிந்துகொள்ள முடியவில்லை என்கிற விதத்தில் அம்மா விதுலாவைப் பார்க்கிறாள். இரண்டு புடவைகளை எடுக்கிறாள்.)

அம்மா: இந்த ரெண்டும் சாந்தா மருமகளுங்களுக்கு சரியா இருக்குமோ என்னமோ, முக்தி, சந்திரா ...

விதுலா: *(கொல்லெனச் சிரித்து)* அம்மா, இந்தப் புடவையையா முக்தி அக்காவுக்குன்னு சொல்றே? அவள் தினமும் வீட்டுல இருக்கும்போது கட்டற புடவையே இதைவிட ஆடம்பரமா இருக்கும். *(அழைக்கிறாள்)* ஹேமாக்கா – வாயேன், ஒரு ஐந்து நிமிஷம் ...

அம்மா: இருந்தா இருந்துட்டுப் போவட்டும் விடு, அவள் ஆடம்பரம் அவளோடு. அதனால நமக்கு என்ன? *(ஹேமா உள்ளே நுழைகிறாள்)*

தன் மகளுடைய கல்யாண நேரத்துல எனக்கு எப்படிப்பட்ட புடவையைக் கொடுத்தா, ஞாபகமில்லையா?

ஹேமா: யாரு?

அம்மா: முக்தி. ரொம்ப கர்வம் புடிச்சவ.

(விதுலா சிரிக்க ஆரம்பிக்கிறாள். அம்மாவும் முந்தானையால் வாயை மூடிக்கொண்டு சிரிக்கிறாள்.)

விதுலா: அந்தக் கதை என்னன்னு நீ கேக்கலையா?

ஹேமா: எந்தக் கதை?

விதுலா: *(உள்ளே சமையலறைவரைக்கும் கேட்காதபடி தனது குரலைத் தாழ்த்தி)* முக்தி அக்கா தன்னுடைய மகளுடைய கல்யாணத்துக்கு அன்பளிப்பா அம்மாவுக்கு ஒரு புடவையைக் கொடுத்தாள். அதைப் பார்த்துட்டு அம்மாவுக்கு எந்த அளவுக்குக் கோபம் வந்ததுன்னா, அந்தப் புடவையை *(சமையலறையின் பக்கம் விரலால் சுட்டிக் காட்டி)* நம்ம ராதாபாய்க்கு குடுத்துட்டாங்க. மூணுநாலு மாசத்துக்கு முன்னால முக்தி அக்கா நம்ம வீட்டுக்குச் சாப்பிடுவதற்காக வந்திருந்தாங்க. அன்னிக்கு ராதாபாய்தான் பரிமாற வந்தாள். எந்தப் புடவையைக் கட்டியிருந்தாள், தெரியுமா?

ஹேமா: *(வாயை மூடிக்கொண்டே சிரித்தபடி)* ஐயோ கடவுளே!

(ராதாபாய் சமையலறையின் வாசலில் வந்து நின்று –)

ராதாபாய்: அப்படி குசுகுசுன்னு பேசவேண்டிய அவசியமில்லை விதுலா. என் காது இன்னும் செவிடாகவில்லை. நான் ஒரு தப்பும் செய்யலை.

அம்மா: *(சிரித்தபடி)* இல்லடி, நான் உனக்கு ஒரு டஜன் புடவை கொடுத்திருப்பேன். எல்லாத்தயும் விட்டுட்டு அதைத்தானா அன்னைக்குக் கட்டிக்கிட்டு வரணும்?

ராதாபாய்: அது அந்த முக்தி அக்கா கொடுத்ததுன்னு எனக்கு எப்படி தெரியும், அம்மா? தெரிஞ்சிருந்தா தொட்டே இருக்கமாட்டேன்.

விதுலா: கோவிச்சிக்காதே. உன் தப்புன்னு இப்ப யாரு சொன்னா?

அம்மா: அந்த முக்திக்கு அது தேவைதான் விடு. எல்லாம் நல்லதுக்குத்தான்.

விதுலா: என்னாச்சின்னா, அன்னைக்குச் சாப்பிட உட்கார்ந்தபிறகு, ராதாபாய் பரிமாற வரும்போதெல்லாம் முக்தி அக்கா அந்தப் புடவையையே உற்று உற்றுப் பார்த்துட்டிருந்தா. உர்னு அவ பார்க்கற விதத்தைப் பார்த்துட்டு, ராதாபாய் கையில இருக்கிற பாத்திரத்தை கீழே வச்சிட்டு, புடவையை இப்படியும் அப்படியுமா இழுத்து உதறி, 'என்ன? எங்கனா கறை பட்டிருச்சா, கிழிஞ்சி போயிடுச்சா?'ன்னு கேட்டு –

(எல்லாரும் சிரிக்கிறார்கள்.)

சிரிக்கிறமாதிரியும் இல்லை. வாயை மூடிக்கொண்டு உட்கார்ந்திருக்கிற மாதிரியும் இல்லை. ரொம்ப சங்கடமா போயிடுச்சி . . .

ராதாபாய்: அடுத்தமுறை, என் புடவையை நானே வாங்கிக்கறேன், அம்மா. நீங்க கைநிறைய சம்பளம் குடுக்கறிங்களே, அதுவே போதும்.

(சிரிக்க முயற்சி செய்தபடி உள்ளே திரும்பிச் செல்கிறாள். அம்மா கைச்சைகை செய்து ராதாபாய் கோபம் கொண்டிருக்கிறாள் என்று குறிப்பால் சொல்கிறாள். விதுலா 'என்ன செய்யலாம்?" என்பதுபோல தோளைக் குலுக்குகிறாள்.)

ஹேமா: அம்மா, முக்தியின் சுபாவம் எப்படியோ போகட்டும். நாம கொடுக்கும்போது நல்ல புடவையையே கொடுக்கலாம்.

விதுலா: இல்லைன்னா, நம்மைச் சாப்பாட்டுக்கு அழைச்சி, தன்னுடைய வேலைக்காரியை நம்ம புடவையை உடுத்திக்க வச்சி, அவ கையால பரிமாற வச்சாதான் அவளுக்கு மனசு அமைதியடையும்..

அப்பா: *(தனக்குள்ளாகவே)* ராமதாஸ் இருந்திருந்தா எத்தனையோ வேலைகளை சுலபமா சமாளிச்சிருப்பான். இப்ப அவன் இல்லாம ரொம்ப கஷ்டமா இருக்குது . . .

ஹேமா: *(அப்பாவின் அருகில் சென்று)* ஒன்னும் கஷ்டமில்லைப்பா. ரோகித் எல்லாத்தயும் பார்த்துக்குவான் . . .

அப்பா: அவன் ஒருத்தனால சமாளிக்கமுடியுமா? அனுபவம் கிடையாது. அவசரப்புத்தி. என் நிலைமை இப்படி ஆயிடுச்சி. ராமதாஸ் இருந்திருந்தா எல்லாத்தயும் நல்லா கவனிச்சிக்குவான். உன் கல்யாண சமயத்துல எல்லா விவகாரங்களையும் அவன்தான் பார்த்துக்கிட்டான்.

ஹேமா: *(அடங்கிய குரலில்)* என் கல்யாண சமயத்துல யாரும் அதிகமா அலஞ்சி கிலஞ்சி வேலை செஞ்சமாதிரியே எனக்கு ஞாபகமில்லையே...

விதுலா: *(காஞ்சிபுரம் புடவையை எடுத்து)* என்ன சொல்றே?

ஹேமா: யாருக்கு?

விதுலா: உனக்காகன்னு அம்மா தேர்ந்தெடுத்திருக்காங்க. ஆனா எனக்கு என்னமோ இது உனக்குப் பொருத்தமான நிறமில்லைன்னு தோணுது...

ஹேமா: *(உற்சாகமில்லாதபடி)* ஏன்? பொருந்துமே. தாங்க்ஸ்.

அம்மா: புடிக்கலைன்னா சொல்லிடு. வேற வரவழைக்கலாம்.

ஹேமா: *(உற்சாகமில்லாமல்)* புடிக்காம எங்க போவுது? புடிக்குது. பியூட்டிஃபுல்.

விதுலா: அப்படின்னா புடிக்கலை. அம்மா, நான் சொல்லலையா? நானே ஒன்னு தேர்ந்தெடுத்துக் கொடுக்கிறேன்...

அம்மா: ஹேமா, உனக்கு என்ன தோனுதுன்னு வெளிப்படையா சொல்லக்கூடாதா? எதுக்காக இப்படி உள்ளுக்குள்ளேயே இந்த முறுக்கல், முனகல்?

ஹேமா: *(கோபமாக)* என்ன முறுக்கல்? என்ன முனகல்? நான் என்ன சொல்லிட்டேன்?

அம்மா: சரி போவட்டும், அது என்னன்னு நீங்க ரெண்டு பேருமே பார்த்துக்குங்க. *(ஹேமாவிடம்)* இந்த வேட்டி துண்டு உன் புருஷனுக்காக.

கிரீஷ் கார்னாட்

ஹேமா: ஐயோ, ஏன் அம்மா? எனக்கு இந்த காஸ்ட்லி புடவை கொடுத்திருக்கிங்களே, அதுவே போதும். ஆஸ்திரேலியாவில யார் வேட்டி கட்டறாங்க?

அம்மா: கட்டட்டும், கட்டாம போவட்டும். அது ஒரு பழக்கம். அதும் கூட இது.

(ஒரு தங்கச்சங்கிலியை எடுத்துக் காட்டி, வேட்டியின்மீது வைத்து) மாப்பிளைக்கு ஒன்னு, உன் புருஷனுக்கு ஒன்னு.

ஹேமா: *(சங்கிலியை எடுத்து ஓரமாக வைத்துவிட்டு)* இவ்வளவு விலையுயர்ந்த சங்கிலி? எதுக்காக இதெல்லாம்? சந்திரகாந்த் மோதிரம்கூட போட்டுக்கமாட்டான். இதோ வந்துட்டேன். ஆளுங்க வருவதும் போகிறதுமா இருக்கிற இந்த பரபரப்புல நாலு நாள் ஓடிட்டபிறகும்கூட என் *unpacking* வேலை முடிஞ்ச பாடில்லை.

(உள்ளே செல்கிறாள்)

விதுலா: என்னுடைய கல்யாணம் எல்லோருக்கும் புருபுருன்னு முறுக்கிக்க ஒரு நல்ல காரணமா போயிடுச்சே. அதுவே சந்தோஷமான விஷயம்தான்.

அம்மா: உன் கல்யாணத்துக்கும் அவள் முறுக்கிக்கறதுக்கும் எந்த சம்பந்தமும் இல்லை. அவள் சுபாவமே அப்படி மாறிட்டுது. ஒவ்வொரு தரமும் இதுதான் நடக்குது. வருவா. ஒருவாரம் பத்துநாள் சிரிச்சிகிட்டே இருப்பா. அப்புறம் என்னாவுமோ தெரியலை,

(ஹேமா போன அறைக்குள் விதுலாவும் செல்கிறாள்.)

மகள் முகத்தைப் பார்க்கணுமேன்னு வருஷம் முழுக்க காத்திருப்பது. வந்த நாலு நாளிலேயே ஒரு வார்த்தை ரெண்டு வார்த்தைன்னு பேச்சு குறைஞ்சி போயிடும்...

அப்பா: புருஷனையும் புள்ளைங்களையும் விட்டுட்டு வந்து இருக்கிறாள் அல்லவா? *She misses them.* இயற்கைதான் இது.

(விதுலா ஹேமாவின் கையைப் பற்றி இழுத்துக்கொண்டு வருகிறாள்.)

விதுலா: ஹேமாக்கா, இந்தக் கல்யாணம் நடக்குமோ நடக்காதோ, தெரியலை –

ஹேமா: சீ, விட்டேன்னு சொல்லு. அபசகுனமா பேசாதே.

விதுலா: அது நடக்கும்போது நடக்கட்டும், அதுவரைக்கும் கொஞ்சம் கலகலப்பா இருக்கலாமா?

ஹேமா: *(கண்ணீர் ததும்ப)* நான் என்ன சொன்னேன்? எதுக்காக இது அனாவசியச் செலவுன்னு சொன்னேன். அங்கே யாரு இந்தச் சங்கிலியைப் போட்டுக்கிறாங்க? பேங்க் லாக்கர்லதான் விழுந்து கெடக்கும், அவ்வளவுதான்...

அம்மா: விழுந்தா விழுந்துகிடக்கட்டுமே. அதுக்கு என்ன இப்ப? உன் புருஷனுக்கு வேண்டாம்ன்னா, நாளைக்கு உன் புள்ளை போட்டுக்கப் போறான். கல்யாணம்னு ஆனபிறகு, செலவு பண்ணாம இருக்கமுடியுமா?

(ஹேமா பதில் எதுவும் சொல்லாமல், கீழுதட்டைக் கடித்துக் கொள்கிறாள். அம்மாவை அந்த மௌனம் புண்படுத்துகிறது. சட்டென வெகுண்டு –)

பதினஞ்சி வருஷத்துக்கு முந்தைய பழைய விஷயம். நடந்தது நடந்துபோச்சி. எத்தனை வருஷத்துக்கு அதையே இன்னும் அசைபோடுவே?

ஹேமா: நான் என்ன சொல்லிட்டேன்? அதுக்காகத்தான் நான் தனியாவே உள்ளே உட்கார்ந்திருந்தேன்.

அம்மா: உங்க ரெண்டு பேர்கிட்டயும் கெஞ்சாத குறையா கேட்டுக்கிட்டேன். கடன்கிடனாச்சிம் வாங்கி ஏதாச்சிம் ஒரு ஏற்பாடு செய்யறேன், ஒரு மூணு மாச காலம் பொறுத்துக்குங்கன்னு தலபாடா அடிச்சிக்கிட்டேன். ஆனா உங்களுக்கு கல்யாண அவசரம்.

ஹேமா: அவசரம்! அம்மா, அங்கே ஆஸ்திரேலியாவில இவருடைய பேங்க் மூணுமாசம் காத்துக்கிட்டு ஒக்காந்திருக்குமா?

அம்மா: ரோகித் ஸ்கூல்ல இருந்தான். விதுலா கான்வெண்ட்ல. பெரிய அளவுல கல்யாணம் செஞ்சி அனுப்பற அளவுக்கு நம்மிடம் வசதி இருந்ததா?

ஹேமா: பெரிய கல்யாணம்.? பெரிய கல்யாணம் யாருக்கு தேவைப்பட்டது? யாரு கேட்டாங்க?

அப்பா: *(சட்டென்று இடையில் புகுந்து)* இப்ப எதுக்கு அதெல்லாம்?

விதுலா: அம்மா, ஹேமாக்கா, ப்ளீஸ்.

ஹேமா: (தாழ்ந்த குரலில்) பெரிய கல்யாணம்! என் புருஷன் பாவம், எனக்கு எதுவுமே வேணாம்னு சொன்னாரு. அக்னிசாட்சியா ரெண்டு மந்திரம் சொல்லி, சப்தபதி பார்த்து முடிச்சிக்கலாம்னு சொன்னாரு. நீங்க அதையே

புடிச்சிக்கிட்டிங்க. சந்திரகாந்த் பிடிவாதமா இருந்திருந்தா, எல்லாத்தயும் ஒழுங்கா செஞ்சிருப்பிங்க, இல்லையா?

அம்மா: ஹேமா, எல்லாத்தயும் பார்த்தபடி நீ அங்கயே இருந்துட்டே. நான் இவருடைய காலில் விழுந்தேன். மகளும் மருமகனும் வெளிநாட்டுக்குக் கௌம்பறாங்க. ஏதாச்சிம் உடுப்பு, நகை கொடுத்தனுப்பலாம்னு சொன்னேன். உங்க அப்பாவைப் பற்றித்தான் தெரியுமே, என்னைக்காவது என் பேச்சு அவருடைய காதுல விழுந்திருக்குதா? 'மருமவனே ஒன்னும் கேக்கலை, நீ எதுக்கு துடிக்கறே'ன்னு என் மேலயே எகிறி விழுந்தாரு.

ஹேமா: எல்லாமே வசதியா போச்சி.

அப்பா: இங்க பாரு. நான் வறுமையில வளர்ந்தவன். நானும் என் தம்பி ராமதாசும் வீடுவீடாப் போயி சோறு வாங்கிச் சாப்புட்டுதான் படிச்சி முடிச்சோம். சில சமயங்களில் ஒரே தட்டுல பழைய சோற்றை வாங்கிப் பங்கு பிரிச்சி சாப்ட்டிருக்கோம். சாரஸ்வத சமாஜ் ஸ்காலர்ஷிப் கிடைக்காம போயிருந்தா எங்க நிலைமை மோசமாயிருக்கும்.

அம்மா: போதும் விடுங்க. எப்பவும் அதே பேச்சு. ஆயிரம் தரம் கேட்டாச்சி.

அப்பா: *(கோபம் கொண்டு)* நான் பேசறதே தப்பு. அதுக்காகத்தான் நான் அறையை விட்டு வெளியே வருவதே இல்லை.

(உள்ளே செல்கிறார்)

விதுலா: அப்படி என்ன அஷ்வின் கேட்டுட்டான்? பாவம். எந்த சடங்கும் வேண்டாம். பதிவுத் திருமணம் செஞ்சிவச்சாலே போதும்னான். ஆனா, அம்மா கேக்கணுமே.

கிரீஷ் கார்னாட்

அம்மா: அவனுக்கென்ன சொல்றதுக்கு? அக்கம்பக்கத்துல நடக்கிற கல்யாணங்களுக்குப் போய் சாப்டுட்டு வந்திருக்கேன். இப்ப என் பொண்ணு கல்யாணத்துக்கு அவுங்களை அழைச்சி சாப்பாடு போடாம, பாக்கு வெற்றிலை, ஹோலிகெ எல்லாம் வச்சி தாம்பூலப்பையை மட்டும் கொடுத்து அனுப்பலாம்னு சொல்றியா, என்ன?

ஹேமா: *(கடிகாரத்தைப் பார்த்து)* ஸ்கூலிலிருந்து பசங்க இன்னும் வந்திருக்க மாட்டாங்க. அரைமணிநேரம் கழிச்சி செய்யறேன்.

அம்மா: அந்தப் புடவை விஷயத்த நீங்களே பார்த்துக்குங்க. எனக்கு வேலை இருக்குது.

(சமையல் அறைக்குள் செல்கிறாள்.)

விதுலா: இப்ப சமையலறைக்குள்ள போனா, அவ்வளவுதான். அவ வெளியே வர இன்னும் அரைநாள் ஆகும்,

ஹேமா: அதுக்குள்ள சந்திரகாந்தும் ஆபீஸ்லேருந்து வந்திருவான்.

விதுலா: இது என்ன ஹேமாக்கா? ஒருநாளைக்கு எத்தனை தரம் விசாரிப்பாய்? பாவம், மாமா புள்ளைங்களை எவ்வளவு அக்கறையா பார்த்துக்கிறாரு...!

ஹேமா: அவரைப்பற்றி சொல்றதுக்கே ஒன்னுமில்லை, வீடு. பேங்க் தவிர வேற எந்த இடத்துக்கும் அவர் போவமாட்டார்.

விதுலா: ஆனாலும் chief financial officer ! In charge of the whole of Australiaன்னு சொன்னா, அது என்ன மட்டமா? மாமாவைப் பற்றி நாங்க எவ்வளவு பெருமையா நினைக்கிறோம்னு உனக்குத் தெரியாது. முந்தாநாள்

அஷ்வினிடமிருந்து வீடியோ வந்தது. இந்தியர்களாகிய நாம் இந்த உலகத்தையே வெல்வோம்ன்னு சொல்றதில எந்த சந்தேகமும் இல்லைன்னு அதில சொல்லியிருந்தான். எல்லா மல்டிநேஷனல் பேங்க்லயும் இண்டர்நேஷனல் பேங்க்லயும் முக்கியமான பதவிகளில் இந்தியர்களைத்தான் வேலைக்கு வச்சிருக்காங்கன்னு சொன்னான்.

ஹேமா: அதனுடைய ரகசியத்தைச் சொல்லட்டுமா? அந்தமாதிரி வேலைகளில் சொல்லாம கொள்ளாம ட்ரான்ஸ்பர் பண்ணிடுவாங்க. இன்னைக்கு மெல்போர்ன். நாளைக்கு ஜோகன்ஸ்பர்க். நாளைக்கு மறுநாள் சிங்கப்பூர். அமெரிக்கா – ஐரோப்பா நாட்டுப் பெண்கள் ஊரூரா அலயறதுக்குத் தயாரா இருப்பதில்லை. இந்தியாவைச் சேர்ந்த சதிசாவித்திரிகள்மட்டும்தான் எதுவும் மறுப்பு சொல்லாம புருஷன் பின்னாலயே போவாங்க. அதனாலதான் நம்ம நாட்டு ஆண்களுக்கு அந்தமாதிரி உயர்ந்த பதவிகள் கிடைக்குது. *(நிறுத்தி)* நம்ம ஆண்கள் இந்த உலகத்தையே ஆட்சி செய்தாலும் சரிதான், அம்மாவைவிட என்னுடைய நிலைமை ஒரு அடி கூட உயரவில்லை.

(விவான் வருகிறான். வயது பதின்மூன்று. கையில் ஒரு புத்தகத்தை வைத்திருக்கிறான்.)

விதுலா: வா, விவான், வா, வா.

விவான்: உங்க புத்தகத்தைத் திருப்பிக் கொடுத்துட்டுப் போவலாம்ன்னு வந்தேன் ஆன்ட்டி. தேங்க் யூ வெரிமச். ஹலோ ஹேமா ஆன்ட்டி ...

ஹேமா: *(அடையாளம் தெரியாமல்)* யார்?

விதுலா: ஐயோ, நம்ம விவான். குல்கர்னி சந்திரிகா மகன்.

ஹேமா: அப்பாடி, எவ்வளவு உயரமா வளர்ந்திருக்கே! அடையாளமே தெரியலை. இத்தனூண்டு இருந்தே. இப்ப? எங்க கேதனைவிட ரெண்டு வருஷம் சின்னப் பையன் நீ. ஆனால் அவனைவிட ரொம்ப உயரமா வளர்ந்திருக்கே.

(டெலிபோன் மணி. விதுலா எடுத்துப் பேசுகிறாள்.)

விதுலா: ஹலோ, ம், ஆமாம், நானே ...

விவான்: நேற்று இங்கேயிருந்து ஒரு புத்தகத்தை எடுத்துட்டுப் போனேன். அதை திருப்பித் தரலாம்ன்னு வந்தேன்.

(அவளிடம் புத்தகத்தைக் கொடுக்கிறான்.)

ஆன்ட்டி, நேத்து நீங்க வந்தபோதே பார்த்தேன்.

ஹேமா: *(புத்தகத்தைப் பார்த்து)* 'மேடம் பவாரி'! ஐயோ, உன் வயசுக்குப் படிக்கவேண்டிய புத்தகம் இல்லையே இது. இன்னும் கொஞ்சம் பெரியவனா வளர்கிறவரைக்கும் வெய்ட் பண்ணு.

விதுலா: *(போனில்)* ஆனால், அதைப் போட்டுக்கொள்ள முடியாது. எவ்வளவு நீளம் அது? ரெண்டு மூணு இஞ்ச் ... ஹூம், அதைக் கொஞ்சம் shorten பண்ணத்தான் வேணும். ஐயோ! புடவைக்குக் கீழ தெரியும்! இல்லை, இஸ்மாயில்சாப். அதை தூக்கிக் கட்ட முடியாது. நீங்க அளவு எடுக்கும்போதே சரியா எடுக்கமுடியலையா?

(விதுலாவின் பேச்சும், ஹேமா-விமான் உரையாடலும் ஒரே நேரத்தில் நடைபெறுகின்றன.)

திருமண ஆல்பம்

விமான்: நான் எங்க க்ளாஸ்ல ஃபர்ஸ்ட் க்ளாஸ் ஃபர்ஸ்ட்.

ஹேமா: நீ எவ்வளவுதான் புத்திசாலியா இருந்தாலும் இப்படிப்பட்ட நாவல்? நீ இன்னும் ஒரு ரெண்டு வருஷமாச்சிம் காத்திருக்க வேண்டும். எங்க கேதன் உன்னைவிட பெரியவன். ஆனாலும் அவனுக்கு இந்த மாதிரி புத்தகங்களைத் தொடக்கூட விடமாட்டோம்.

விவான்: 'லேடி சாட்டர்லீஸ் லவர்' கூடப் படிச்சிருக்கேன்.

ஹேமா: ஐயோ, சொல்ல வெக்கமா இல்லையா உனக்கு?

விவான்: உங்களுக்கு ஒரு கடிதம் இருக்குது.

ஹேமா: எனக்கா? எங்கே?

விவான்: அந்தப் புத்தகத்துல ...

விதுலா: அந்த ப்ளவுஸ்ல இடது பக்கத்துல ... என்ன செஞ்சி வச்சிருக்கிங்க பாருங்க. டைட்னு சொன்னா அப்படி ஒரு டைட். நான் கொடுத்த அளவு ஜாக்கெட்ட பாக்கவே இல்லையா நீங்க?

ஹேமா: என்னுடைய கடிதம் இந்தப் புத்தகத்துல எப்படி வந்தது?

(புத்தகத்தில் வைக்கப்பட்டிருந்த கடிதத்தை எடுத்து, எந்த ஆர்வமும் இல்லாமல் படிக்கத் தொடங்குகிறாள்.)

விவான்: நேற்று உன்னைப் பார்த்தேன், உடனே என் லேப்டாப்பை எடுத்தேன். அந்தக் கடிதத்தை எழுதினேன். பெர்சனல்.

ஹேமா: பெர்சனல்? *How odd?*

(கடிதத்தைப் படித்ததுமே அலறிவிடுகிறாள்.)

ஐயோ, கடவுளே ...

(வேகமாகத் திரும்பிய விவான், ஸ்டைலாகச் சென்று ஷெல்ஃபிலிருந்து இன்னொரு புத்தகத்தை எடுத்துக்கொள்கிறான்.)

ஹேமா: *(திகைத்து)* ஆனால், ஆனால், ஐயையோ முடியவே முடியாது.

விவான்: *(ஹேமாவிடம் புத்தகத்தைக் காட்டுகிறான்.)* இதை நாளைக்குள்ள படிச்சி முடிச்சிடுவேன். *(தன் பைக்குள் இருந்த இன்னொரு கடிதத்தை எடுத்து)* இது இன்னொரு கடிதம். இன்னும் பர்சனல்.

(சோஃபாவின்மேல் வைக்கிறான். ஹேமா இன்னும் முதல் கடிதத்தையே வைத்த கண்ணை எடுக்காமல் படித்தபடி இருந்ததால் இரண்டாவது கடிதத்தைக் கவனிக்கவில்லை.)

வரேன் *(புறப்பட்டுச் செல்கிறான்.)*

விதுலா: அப்புறம் அந்த ஃபால்ஸ் தச்சி முடிச்சிட்டீங்களா? ப்ளீஸ், இஸ்மாயில்சாப். இப்படி செஞ்சா எப்படி? – கல்யாண தேதி இதோ பக்கத்துல வந்துட்டுது – ஆமாம் ஆமாம், உங்களுக்குத் தெரியும்ன்னு எனக்கும் தெரியும் – அப்படின்னா எல்லாத்தயும் கொஞ்சம் சீக்கிரம் முடியுங்களேன்.

(விதுலா ரெசீவரைக் கீழே வைக்கிறாள். ஹேமா வேகவேகமாக விவானின் கடிதத்தை மடித்துத் தன் ஜாக்கெட்டுக்குள் வைத்து மறைத்துக்கொள்கிறாள்.)

ஐயோ இந்த தையல்காரன் என் உயிர வாங்கறான். ஒன்னுகூட சரியா தைக்க வரதில்லை.

(சோஃபாவில் உட்காரலாம் என்று நெருங்கும்போதுதான், அதன்மீது வைக்கப்பட்டிருந்த விவானின் இரண்டாவது கடிதத்தைப் பார்க்கிறாள். எடுத்துக்கொள்கிறாள். மீண்டும் தொலைபேசி மணி. விதுலா தொலைபேசியை எடுத்துப் பேசத் தொடங்கும்போது, அவள் கையிலிருந்த கடிதத்தின்மீது ஹேமாவின் பார்வை பதிகிறது. பதற்றத்தில் அவள் கண்கள் படபடக்கின்றன.)

ஹலோ ... ஆ... இஸபெல்! இல்லை, அவன் வீட்டுல இல்லை! இப்ப வர நேரம்தான். இன்னும் அரைமணிநேரம்? ... சரி, நீ போன் பண்ணேன்னு அவன்கிட்ட சொல்றேன்.

(ரெசீவரைக் கீழே வைக்கிறாள். கையில் வைத்திருந்த கடிதத்தைப் படிக்கிறாள்.)

Darling, you don't know how I yarn to crush you in my arms.

ஹேமா: *(அவள் கையிலிருந்த அந்தக் கடிதத்தை வேகமாகப் பிடுங்கியபடி)* போதும்!

விதுலா: சாரி ... உன்னுடையதா? பரவாயில்லை. *Passionate!* அடுத்த வரி – அவன் –

ஹேமா: ஏய், சும்மா இரு!

விதுலா: பதினைஞ்சி வருஷம் குடித்தனம் நடத்திய பிறகும் மாமா இப்படி ஒரு கடிதம் எழுதுகிறாரே! என் *fiancé* கடிதத்துல கூட எனக்கு ஒரு முத்தம்கூட கொடுத்ததில்லை ...

ஹேமா: சிட்னிக்குப் போன் பண்ணனும்.

(மொபைலில் எண்களை அழுத்தத் தொடங்குகிறாள்.)

விதுலா: மாமாவிடமிருந்து வந்த கடிதத்தின் எதிர்வினையா இது?

ஹேமா: த்ச்! சும்மா இரு. *(கொஞ்சம் நிறுத்தி)* இன்னும் வீட்டுக்கு வந்தமாதிரி தெரியலை. கேதன் இருமிட்டிருந்தான்.

விதுலா: அப்படி என்ன அக்கறை உனக்கு? உன் கேத்தன் இந்த விவானைவிட பெரியவன்.

ஹேமா: *(தனக்குள் சொல்லிக்கொள்பவள்போல)* அதுதான் கவலையே.

(சமையலறையில் ராதாபாய் சட்டென கூச்சலிடுகிறாள். ஆரம்பத்தில் அம்மா அடங்கிய குரலிலேயே பேசினாலும், கோபம் வரவர குரலையும் உயர்த்துகிறாள். இவ்வாறாக, இறுதியில் இருவரும் குரலை உயர்த்திச் சண்டை போட்டுக்கொள்கிறார்கள்.)

ராதாபாய்: என் காதுக்கு ஒன்னும் ஆகலை. நீங்க சொன்னதெல்லாம் கேட்டது. ஆனா, அந்த திரிபலாவுல ஒவ்வொன்னும் எவ்வளவு சின்னதா இருக்கும்ன்னு பார்த்திருக்கிங்களா நீங்க? நான் பத்து வயசிலே சமையல் வேல செய்ய ஆரம்பிச்சேன், அம்மா. ஐம்பது வருஷம் ஆயிடுச்சி. எனக்கு எது சரியான அளவுமுறை தெரியாதா?

அம்மா: உன் பெருமையைப் பற்றியே நீ பேசறதா இருந்தா, அதைக் கேக்க எனக்கு நேரமில்லை. மசாலா போடறதுக்கு முன்னால என்னை ஒரு வார்த்தை கேட்டுட்டுப் போடுன்னு சொல்லிச்சொல்லிப் போதும்போதும்னாயிடுச்சி. சொன்ன

வார்த்தையைக் கேட்டுட்டா மானக்குறைவா போயிடும்ன்னு நீ நினைக்கிறே. எல்லாம் எனக்குத் தெரியும்ங்கற அகங்காரம் – அவ்வளவு திமிர் –

விதுலா: புடவைங்களை எடுத்து மூட்டை கட்டி வச்சிரலாமா? அவ்வளவு சீக்கிரமா அம்மா வரமாட்டாங்க.

(இருவரும் தரையின்மீது துணியை விரித்து, அதில் புடவைகளை அடுக்கிக் கட்டத் தொடங்குகிறார்கள். உள்ளே வாக்குவாதம் தொடர்கிறது. அதற்கு இணையாக அக்கா–தங்கை இடையே உரையாடல் நிகழ்கிறது.)

ஹேமா: என்ன நடக்குது இங்கே? இன்னைக்கு இது மூணாவது தரம்.

விதுலா: இது தினமும் நடப்பதுதான். எங்களுக்குப் பழகிட்டுது.

ராதாபாய்: *(உள்ளிருந்தபடியே)* அப்படின்னா, நீங்களே இங்கிருந்து அடுப்பு வேலையையெல்லாம் பார்த்துக்குங்க. நீங்க என்னை சமையல் வேலைக்குன்னு வச்சிருக்கிங்களா அல்லது சமையலைக் கத்துக்குடுக்கறதுக்குன்னு வச்சிருக்கிங்களா, எனக்கு ஒன்னுமே தெரியலை. இவ்வளவு கடுகு – இவ்வளவு மிளகாய்த்தூள் – இவ்வளவு புளி – என்ன கொழந்தைகளுக்கு சொல்லிட்டிருக்கிறமாதிரி...

அம்மா: நானே சமையல் காரியத்தைப் பார்த்துட்டு மூக்க உறிஞ்சிட்டுக் கெடக்கணும்ன்னா உன்ன எதுக்கு வேலைக்கு வச்சிக்கணும்? போ.போய் உன் ராகத்தைப் பாடிக்கிட்டே அங்க ஒக்காரு. நீ சம்பளம் வாங்கிக்கோ. நான் சமாளிச்சிக்கிறேன்.

ராதாபாய்: *(குரலை உயர்த்தி)* சமாளிச்சிக்கோ மகாராணி, நல்லா சமாளிச்சிக்கோ. எந்த ஜென்மத்துல எந்த மாதிரியான

பகை நமக்குள்ள இருந்திச்சோ, இந்த ஜென்மத்துல உங்க வீட்டுல வேலைக்காரியா பாடுபட்டுட்டிருக்கேன். கடவுளும் அந்தமாதிரிஎன் தலையிலஎழுதிவச்சிட்டான். அவனுக்குக்கூட என்னைப் பார்த்தா இளக்காரமா இருக்குது –

ஹேமா: இது என்ன புது அவதாரம், விது? மூக்கு நுனியிலேயே அம்மாவுக்கு எப்பவும் கோபம் உக்கார்ந்திருக்கும்ங்கறது தெரிஞ்ச விஷயம்தான். ஆனால் ராதாபாய்? எவ்வளவு அமைதி, அடக்கம்னு நெனச்சிட்டிருந்தா, இந்த அளவுக்கு சத்தம், இந்த சண்டை . . .

விதுலா: ஆறு மாசமா இது நடந்துட்டே இருக்குது.

அம்மா: இங்க பாரு, நீ இப்படியே சத்தம் போட்டுக்கிட்டே இருக்கறமாதிரி இருந்தா, உன் தம்பி வீட்டுக்குக் கௌம்பிப் போயிடு. நாளைக்கே அனுப்பி வைச்சிடறேன்.

ராதாபாய்: அங்க போய் என்ன செய்றது? நான் சேத்து வச்சிருக்கிற பணத்தையெல்லாம் புடுங்கிப் பையில போட்டுக்கிட்டு மறுபடியும் தெருவில தள்ளிடுவான். ஒரு தரம் அனுபவிச்சிருக்கேனே, போதாதா? அதைவிட ஒரு பழைய சாக்கு இருந்தா கொடுங்க. சாப்பாட்டுப் பாத்திரத்துல மிச்சம்மீதி ஒட்டிக்கிட்டிருக்கிறத வழிச்சி தின்னுட்டு இங்கயே உழுந்து கெடக்கறேன்.

ஹேமா: அம்மாவுக்கு என்ன மூளை குழம்பிடுச்சா? கல்யாணத்துக்கு இன்னும் எட்டு நாள்கூட இல்லை. ராதாபாய வீட்டவிட்டு அனுப்பறாளாம். கொஞ்சம் திரிபலா கூடுதலா போட்டதுக்கா?

விதுலா: பயப்படவேணாம். அவள் அனுப்பமாட்டாள். ராதாபாயும் போவமாட்டாள். ஆனா இந்தச் சண்டை மட்டும் தினமும் நிக்காம நடக்கும்...

ஹேமா: அவள் நம்ம வீட்டுல வேலைக்கு சேர்ந்து ஏழு வருஷம் ஆயிடுச்சி. ஒருநாள்கூட குரலை உயர்த்திப் பேசனத கேட்டதில்லை. நம்ம ஆளுங்களோடயே ஒன்னுக்குள்ள ஒன்னா இருக்கறா – இப்ப என்ன திடீர்னு புதுசா கோபம்?

அம்மா: அதெல்லாம் வேணாம். நீ கௌம்பு. நாளைக்கே கௌம்பு இங்கிருந்து. கௌம்பு. இனிமேலயும் உன் தொந்தரவை என்னால சகிச்சிக்க முடியாது.

ராதாபாய்: நீங்க என்ன வேணும்னாலும் பேசலாம். ஆனால் தப்பெல்லாம் என் மேலதான். ஏனென்றால், நீங்க வீட்டு முதலாளி. நான் சொல்ல என்ன இருக்குது?

(ஹேமா எழுந்துபோய், சமையலறைக்குள் செல்கிறாள்)

ஹேமா: ஐயோ, போதும் நிறுத்துங்க. ராதாபாய், போதும் சும்மா இரு.

ராதாபாய்: என் மேல என்ன தப்பு, ஹேமா? நான் என்ன சொல்லிட்டேன்?

(அவள் கையைப் பற்றிப் பின்கட்டின் பக்கமாக அழைத்துச் செல்கிறாள் ஹேமா)

வீட்டைவிட்டு போ, வீட்டைவிட்டு போன்னு சொல்லிட்டே இருக்கிறாங்க. நான் எங்க போவேன்? இந்த வயசுல, வீடுவீடா போயி வேலை வேணும்ன்னு கேக்கமுடியுமா? அதைவிட விஷம் –

ஹேமா: உன்னை யாரும் வீட்டைவிட்டு அனுப்பமாட்டாங்க. போதும். வீட்டுக்குப் பின்பக்கமாப் போயிக் கொஞ்சம் நடந்துட்டு வா . . .

ராதாபாய்: அதுதான் மிச்சம் எனக்கு. எங்கயாச்சிம் ஒரு பலாமரத்தடியில உக்கார்ந்து, தலைமேல வில்வத்தழையை வச்சிகிட்டு, தவம் செய்ய வேண்டியதுதான் . . .

ஹேமா: போதும், தாயே, போதும். உட்கார்.

ராதாபாய்: உன்னிடம் ஒன்னு சொல்றேன். அம்மா எனக்கு எல்லா நல்லதும் செஞ்சிருக்காங்க; கெட்டதும் செஞ்சிருக்காங்க. வீட்டுக்குப் பின்னால போய் உட்கார்ந்து நான் என்ன செய்யறது? சமையல் வேலை பாதியில நின்னுட்டுது . . .

(திரும்பிச் சமையல் அறைக்குள்ளே செல்ல முற்படுகிறாள். அதே நேரத்துக்கு அம்மா வெளியே வருகிறாள்.)

அம்மா: நான் கெட்டது செஞ்சிருக்கேனா? அப்படின்னா, எதுக்காக இங்க இன்னும் இருக்க?

(அம்மாவைக் கூடத்துக்கு அழைத்துக்கொண்டு செல்கிறாள் ஹேமா. அவளை சோஃபாவின்மீது உட்காரவைக்கிறாள்.)

ஹேமா: அம்மா, ப்ளீஸ் . . .

அம்மா: இதுக்கு ஒரு வழி . . .

விதுலா: *(சிரித்தபடி)* அவளை ஊருக்கு அனுப்பிவைப்பது . . .

அம்மா: உங்களுக்கெல்லாம் இது விளையாட்டா இருக்குது. என் உயிர வாங்கறா அவள்?

ஹேமா: ராதாபாய்க்கு என்னாச்சி? இதுக்கு முன்னால இப்படி சத்தம் போட்டுப் பார்த்ததே இல்லையே...

அம்மா: அதான்! டெலிவிஷன்! அதுக்குத் தம்பி வீடுதான் சரி அவளுக்கு. அங்க டெலிவிஷன் இல்லை.

ஹேமா: இன்னும் எட்டு நாளில் கல்யாணம் இருக்குது –

விதுலா: அப்படின்னு நாம நெனச்சிட்டிருக்கோம்...

அம்மா: அவள் இல்லைன்னாலும் பரவாயில்லை. நான் பார்த்துக்குவேன். அதுமட்டுமில்லாம, சமையல் வேலைக்கு பட்டருக்கும் சொல்லிவச்சிருக்குது. இவள் செய்ய என்ன வேலை இருக்குது?

ஹேமா: அவள் இப்படியே சத்தம் போட்டுட்டே இருந்தா, ஒரு சைக்கியாட்ரிஸ்டிக்கிட்ட காட்டறதுதான் நல்லதுன்னு தோணுது...

அம்மா: எந்த ட்ரிஸ்டும் வேணாம். ப்ரீஸ்டும் வேணாம். நீங்களே புகழ்ந்து புகழ்ந்து தலைமேல தூக்கி வச்சிகிட்டிங்க. 'என்னமா நல்லா சமைக்கிறா! எவ்வளவு நல்லவ!' நானே மன அமைதிக்கு எங்கயாச்சிம் வெளியூருக்கு கௌம்பிப்போறேன்.

(எழுந்திருக்கிறாள். சமையலறைக்குள் செல்கிறாள்.)

விதுலா: அப்படி சொல்லிட்டு அவுங்களும் சமையலறைக்குள்ளேயே போறாங்க.

அம்மா: சமையல் வேலைக்கு பொம்பளைங்கள வச்சிருந்தா இதுதான் கஷ்டம். அவ வருவதற்கு முன்னால நாகப்பா

இருந்தான். முப்பது வருஷம் நம்ம வீட்டுல இருந்தான். ஒருநாள்கூட தகராறு வந்ததில்லை. ஆனால், இந்தக் காலத்துல சமையல் பட்டருங்களே கிடைப்பதில்லை. அதுதான் துரதிருஷ்டம்.

(அம்மா சமையலறைக்குள் செல்கிறாள்.)

விதுலா: அந்த நாகப்பா தகராறு பண்ணதில்லைங்கறது உண்மைதான். ஆனால் எங்க எங்கயோ கையை நீட்டினான்.

ஹேமா: *(அதிர்ந்து திரும்பி)* என்ன சொன்னே?

விதுலா: *(வாய்பிசகாக சொல்லிவிட்ட வார்த்தையிலிருந்து தப்பிப்பதற்காக)* அது இது கிடைக்காதான்னு அங்க இங்கன்னு கைய வைக்கறவன் அவன்.

(இருவரும் ஒருவரையொருவர் அதிர்ச்சியோடு பார்த்துக் கொள்கிறார்கள். அதற்குப் பிறகு கொல்லென்று சிரிக்கிறார்கள்.)

ஹேமா: ஆனால் நீ? நீ ரொம்ப சின்ன பொண்ணா இருந்தே, உன்னையுமா?

விதுலா: எனக்கு அவன காவலா வச்சிட்டு நீங்க போயிடுவிங்க, இல்லையா? அப்போ எங்க எங்கயோ கைவச்சி தடவுவான்.

ஹேமா: பெரியபாவி, தேவடியாளுக்குப் பொறந்தவன்...

விதுலா: அப்படின்னா... உன்னையும்...? நீ அப்ப பெரிய பொண்ணாச்சே?

ஹேமா: பொண்டாட்டிய ஊருல விட்டு வந்திருப்பானுங்க. எங்கயாச்சிம் தினவ தீத்துக்கணுமே...

திருமண ஆல்பம்

(மீண்டும் சிரிப்பு. இத்தனை ஆண்டுகள் மூடிவைத்திருந்த ரகசியத்தைப் பகிர்ந்துகொண்டதில் இருவருக்குமிடையே அதிக நெருக்கம் உண்டாகிறது.)

ஹேமா: சிட்னிக்குப் போன் பண்ணணும்...

விதுலா: அப்பவே பண்ணினாயே...

ஹேமா: *(தன்னையே கிண்டல் செய்துகொள்வதுபோல)* போன் பேசி அரைநாள் ஓடிப் போச்சி...

(வெளியே மோட்டார் பைக் வந்து நிற்கும் சத்தம்)

விதுலா: *(ஆர்வத்தோடு)* அண்ணா!

ஹேமா: அப்புறம் பேசறேன்.

விதுலா: இவன் ஏன் இவ்வளவு தாமதமா வரான்?

(அம்மா வெளியே வருகிறாள்)

அம்மா: ரோகித் வந்துட்டானா? பைக் சத்தம் கேட்டுது.

ரோகித்: *(வெளியே இருந்தபடியே)* ஈமெயில்!

ஹேமா: எனக்கா?

விதுலா: *(அதே நேரத்தில்)* யாருக்கு?

ரோகித்: *(உள்ளே நுழைந்தபடி)* ஹேமாக்கா, நீ எப்படி தப்பிச்சிட்டே? மாமா அங்க கடவுள்போல காலை மடிச்சிப்போட்டு, நாலு கையையும் நாலு பக்கத்துல நீட்டி உட்கார்ந்திருக்கணும். இந்த கையில மொபைல். ரெண்டாவது கையில மொபைல். மூணாவது கையில

போன். நாலாவது கையில ஏர்மெய்ல் கவர். எல்லாத்துக்கும் காரணம் நீ.

(ஈமெயில் அச்சடிக்கப்பட்டிருந்த பக்கத்தை ஹேமாவிடம் கொடுக்கிறான். உடனே அவள் அதைப் படிக்கத் தொடங்குகிறாள்.)

அம்மா: அதைவிட மருமகப்புள்ளையும் கல்யாணத்துக்கு வந்திருக்கலாம். பிள்ளைங்களுக்கும் இந்தியாவைப் பார்த்தமாதிரி இருக்கும். ஆனா, என் பேச்ச யார் இங்க கேக்கறாங்க?

ஹேமா: *(ஈமெயில் படித்தபடியே)* நீங்க சொல்றத கேக்கறதுங்கற கேள்விக்கே இடமில்லை அம்மா. பேங்க், பள்ளிக்கூடம்...

(ரோகித் தன்னைப் பார்ப்பதை ஆனமட்டும் தவிர்க்கிறான் என்பதை விதுலாவால் புரிந்துகொள்ளமுடிகிறது. அவள் பேசுவதில்லை. ஈமெயில் கடிதத்தின் அச்சுப்பிரதியை அவளிடம் கொடுக்கிறான் ரோகித்.)

ரோகித்: அவன் பதின்மூன்றாம் தேதி வரலையாம், பதினாலுக்கு வரானாம்.

அம்மா: ஐயோ, ஏன்?

ஹேமா: *(கோபத்தோடு)* என்ன நான்சென்ஸ் இது? பதினாலுக்கு வந்தா அதுக்கப்புறம் டைம் எங்க இருக்கும்? கல்யாணத்துக்கு முன்னால ஒரு ஏழெட்டு நாளாவது பேசிப் பழகறது வேணாமா?

ரோகித்: அமெரிக்கன் பேஸ்கட் பால் டீம் மலேசியாவுக்கு போவுதாம். அதுக்கு அவன் லீகல் கன்சல்டண்ட்டா

வரானாம். அவங்களோடு சென்னைவரைக்கும் வந்து, அங்கிருந்து தார்வாட் வரானாம். அதாவது சென்னை வரைக்கும் தனக்கு கம்பெனி இருக்கும்ன்னு –

அம்மா: ஏன்தான் இப்படியெல்லாம் மாத்தறானோ? ரெண்டுபேரும் எப்ப சந்திக்கறது, எப்ப சம்மதம்னு சொல்றது, அப்புறம் பத்திரிகை அச்சடிச்சி – சொந்தக்காரங்க கல்யாணத்துக்கு வரணும்ன்னா ரயில்லயோ பஸ்லயோ டிக்கட் புக் பண்ணிக்கறதுக்கெல்லாம் டைம் வேணாமா?

ரோகித்: அதெல்லாம் வேணாம்னு சொல்லிட்டானில்ல அவன். கல்யாணச்சடங்கு, சாப்பாடு, சிற்றுண்டி எதுவுமே வேணாம், புடிச்சிருந்தா நேரா ரெஜிஸ்ட்ரார் ஆபீஸ்க்குப் போய் வேலையை முடிச்சிக்கலாம்ன்னு சொல்றான். இல்லைன்னா, குட்பை சொல்லிட்டு நேரா மலேசியா போய் டீமோடு சேர்ந்துக்குவான். அவ்வளவுதான்.

அம்மா: *(கோபத்தோடு)* அப்படின்னா, நாலு நாள் முன்னால எதுக்கு வரணும்? கல்யாணத்தன்னைக்கு காலையில வந்தா போதுமே. வீடியோவுல மூஞ்சிய பார்த்தாச்சி. மொபைல்ல பேசியாச்சி. சந்திச்சிக்கிற சடங்குகூட ஏன் வேணும்? நேரா ரெஜிஸ்ட்ரார் ஆபீஸ்ல சந்திச்சிகிட்டா போதுமில்லையா?

ரோகித்: நான் எல்லோருக்குமே சொல்லி வச்சிருக்கேன். தொண்ணொத்தொம்போது பெர்செண்ட் கல்யாணம் நடக்கும். நடக்காம போகறதுக்கு காரணமே இல்லை. அவுங்க ரெண்டு பேரும் சம்மதம்னு சொன்னதுமே ஈமெயில் மூலமாவோ போன்மூலமாவோ சொல்றோம்ன்னு ...

ஹேமா: மை குட் ரோகித்! இது இருபத்தொன்னாம் நூற்றாண்டு. நாம நம்மை எஜுகேட்டெட்னு நெனச்சிட்டிருக்கோம். இப்படிப்பட்ட அரகொறயான அரேஞ்ச்மெண்ட்ட எப்படி ஒத்துக்கிட்டோம்?

ரோகித்: ஊரில எல்லோரும் *congratulate* பண்றாங்க. எப்படிப்பட்ட நல்ல இடம். *Golden boy.* உக்காந்த இடத்துக்கே மருமகன் தேடிவரும்போது, ஏன் வேணாம்னு தடுக்கிறீங்கன்னு கேக்காத ஆளே இல்லை.

ஹேமா: என்னை ஒரு வார்த்தை கேட்டிங்கன்னா, நான் வேண்டவே வேண்டாம்னு சொல்வேன். ஆனால், எல்லோரும் ஒத்துக்கிட்ட பிறகுதானே எனக்குத் தெரியப்படுத்தனீங்க. அக்கம்பக்கத்துல இருக்கறவங்களுக்குச் சொல்றமாதிரி –

ரோகித்: விதுலாவே ஒத்துக்கிட்டா. இப்பவும் கமிட்மெண்ட் எதுவும் இல்லைன்னு அவனே சொல்றானல்லவா?

அம்மா: அப்படின்னா வேண்டாம் விடு. சொல்லிடு அவன்கிட்ட. இப்பவே சொல்லு. நம்ம விதுலாவுக்கு நூறு மாப்பிள்ளை கிடைப்பாங்க. நாம ஒன்னும் அவுங்க வீட்டுக்குத் தேடிக்கிட்டுப் போகலை. அவுங்கதான் வாவான்னு கூப்பிட்டுக்கிட்டே இருந்தாங்க. இப்ப கடைசி நேரத்துல இப்படி செஞ்சாங்கன்னா –

ரோகித்: கொஞ்சம் அமைதியா இருங்கம்மா –

அம்மா: என்ன அமைதி? அந்த அளவுக்குக் கதிகெட்டுப் போயிடலை நாம. இந்த உறவே வேணாம்னு சொல்லிடு.

விதுலா: ஐயையோ ... ஊரு முழுக்க சொல்லியாச்சி. காரணமே இல்லாம நாமே முரிச்சிக்கறது—என்னால முடியாது. நம்ம பாத்து சிரிப்பாங்க எல்லோரும்.

அப்பா: காரணம் இல்லாமயா? நானும் உங்க அம்மாவும் கல்யாணத்துக்கு முன்னால, ஒரு ரெண்டு தரமாச்சிம் பார்த்துப் பேசியிருக்கோம். ஒரு மாசம் முன்னாலயே –

ஹேமா: ரோகித், இன்னும் ஒரு தரம் அஷ்வினுக்குப் போன் போட்டு சீக்கிரமா வான்னு சொல்.

ரோகித்: இங்க பாரு ஹேமாக்கா. ஏற்கெனவே பேசியாச்சி. கண்டிப்பா பதின்மூன்றாம் தேதி வந்துருவேன், டிக்கெட் புக் பண்ணி வச்சிருக்கேன்னு சொன்னவன் இப்ப பேஸ்கெட்பால், மலேசியான்னு சொன்னா ...?

ஹேமா: பத்திரிகை அடிச்சிடலாமா?

ரோகித்: அதுக்கென்ன? கம்ப்யூட்டர்ல ஒரு மணி நேரத்து வேலை. *DTP*.

அப்பா: கல்யாண ஹாலுக்கு அட்வான்ஸ் குடுத்திருக்கமே.

ரோகித்: அது போனா போகட்டும் ...

விதுலா: *(கோபத்தோடு)* நீங்க ஏன் அதப்பற்றிக் கவலைப்படறீங்க? என்னால ராத்திரியெல்லாம் தூங்கவே முடியலை. என்னமோ கழுத்துல தண்ணி தெளிச்சமாதிரி ஆகுது. நடுராத்திரி நேரத்துல படக்குனு எழுந்து உக்காந்துக்கறேன்.

ஹேமா: ஒரு ரெண்டு நாள் பாரு, வேணாம்னு தோணிச்சின்னா—

விதுலா: ஒன்னு ரெண்டு நாள்? வாரம்? நீயும் மாமாவும் ரெண்டு வருஷம் ஒன்னா திரிஞ்சிங்களாம்.

ஹேமா: அதனால ஒரு பிரயோஜனமும் ஆகலை, அப்புறமா உனக்குச் சொல்றேன். கல்யாணத்துக்கு இன்னும் ரெண்டு நாள் இருக்கற சமயத்துல ஒரே வயித்துப்போக்கு. அப்படியே அலசிவிட்ட மாதிரி. என்ன சொல்ல? சந்திரகாந்த் தோளில் சாய்ந்து அப்படியே அழுதுட்டேன். *Postpone* செஞ்சிடலாமான்னு –

ரோகித்: மாமா ஒத்துக்கிட்டாரா?

அம்மா: *(எழுந்தபடி)* ஏன் தள்ளிவைக்கறாங்க? சரியா பத்தாவது மாசம், தேதி குறிச்சி கொடுத்தமாதிரி, பொண்ணு பொறந்தா. தெரியுமா?

ஹேமா: போதும் விடுங்க. என் குடும்பத்து விஷயம் இங்க வேணாம்.

(அம்மா சமையலறைக்குள் செல்கிறாள்.)

அப்பா: ஒரு விஷயம் மட்டும் உண்மை. கல்யாணம்ங்கறது ஒரு சூதாட்டம்போல. *Marriage is a gamble.*

ரோகித்: பர்த் சர்டிஃபிகேட்டுக்கு அப்ளை பண்ணிட்டியா?

விதுலா; சாரி, மறந்துட்டுது. நாளைக்கு.

ரோகித்: நாளைக்கு, நாளைக்கு. எப்ப முடியும் உன் நாளைக்கு? ஒவ்வொரு நாளும் கார்பொரேஷன் பக்கத்துல *Inernet café* க்கு போய் மணிக்கணக்கா உக்காந்திருக்கே. அங்கயே பக்கத்துலதான் கார்பொரேஷன் ஆபீஸ். அதுக்குள்ள போயி ஃபார்ம் எழுதிக் கொடுத்துட்டு வர முடியலையா?

விதுலா: *(முகம் சுருங்கி)* செய்றேண்ணா, கடவுள் மேல சத்தியம்.

ரோகித்: பர்த் சர்டிபிகேட் கைக்கு கிடைக்கணும். அதுக்குப் பிறகு பெங்களூருக்கு போய் பாஸ்போர்ட், சென்னைக்குப் போய் விசா! இதெல்லாம் என்னைக்கு ஆகப்போகுது?

விதுலா: செய்றேன். ஆனால் கல்யாணமே நடக்குமா நடக்காதாங்கறது சந்தேகமா இருக்கும்போது –

அப்பா: ராமதாஸ் இருந்தா எல்லாத்தயும் பார்த்துக்குவான்.

ரோகித்: போட்டோவாச்சிம் புடிச்சாச்சா இல்லையா? அது கூட குறிப்பிட்ட சைஸ்லதான் இருக்கணும்ன்னு – எக்ஸாக்டா செண்டிமீட்டர் கணக்குலாம் இருக்குது.

விதுலா: எடுத்தாச்சி. ஆனா ரொம்ப மோசமா இருந்ததுன்னு கிழிச்சிப் போட்டுட்டேன்.

ரோகித்: அமெரிக்கன் கான்ஸ்யுலேட்டுக்குக் கொடுக்கறதுக்காக அந்த போட்டோ தேவைப்படுது. அஷ்வின்கிட்ட காட்டி நல்லா இருக்குதான்னு கேக்கறதுக்காக இல்லை.

ஹேமா: சும்மா இருடா. இன்னைக்குச் சாயங்காலம் ஷாப்பிங் போகும்போது புடிச்சிக்கினா போச்சி.

ரோகித்: அந்த *internet café* க்குள்ளமட்டும் கால்வைக்க விடவேணாம். ஒரு தரம் உள்ள போனா, அப்புறம் உன் கண்ணுக்கே தெரியாம மறைஞ்சிடுவா.

ஹேமா: சும்மா இருன்னு சொன்னனில்ல. *(விதுலாவிடம்)* *internet café* யில என்ன செய்வே?

விதுலா: பக்தி வசனம் கேட்பேன்.

கிரீஷ் கார்னாட் 47

ரோகித்: வெறும் வீடியோ கேம்ஸ் ஆடுவா. *She is crazy about video games.*

விதுலா: மறக்கறதுக்கு எதயாச்சிம் செய்யணுமில்லையா?

ரோகித்: கல்யாணம் உனக்கு. எனக்கல்ல. எப்படி தோணுதோ அப்படி செஞ்சிக்கோ ...

ஹேமா: இருடா. நாளைக்கு புடிச்சிக்குவா. இல்லைன்னா, நானே கூட போய் வரேன்.

அம்மா: *(வெளியே ஓடி வருகிறாள்)* ஐயோ, மறந்தே போயிட்டேன். ஹத்தங்கடி மோகனும் மீராவும் உன்னைப் பார்க்கறதுக்கு வராங்களாம்.

ரோகித்: இன்னைக்கா? ஒவ்வொரு சனிக்கிழமையும் காலையில வரவேண்டிய தொல்லை, இன்னைக்கு எதுக்கு வராங்க?

அம்மா: ஐதராபாதிலிருந்து ஸிரூர்காரங்களும் புருஷனும் பொண்டாட்டியுமா வராங்களாம். கூடவே அவுங்களும் வராங்களாம்.

விதுலா: *(குத்தலாக)* தபஸ்யாவையும் கூடவே அழச்சிகிட்டு வந்திருக்காங்களாம்.

ரோகித்: *This is too much.*

ஹேமா: இல்லை, இல்லை, தபஸ்யாவை அழச்சிட்டு வரவேணாம். நாங்க பொம்பளைங்க யாரும் வீட்டுல இருக்கமாட்டோம்'னு சாக்குப்போக்கு சொன்னேன் ...

ரோகித்: மத்தவங்க எல்லாரும் ஏன் வரணும்? இன்னைக்குச் சாயங்காலமா வரேன்னு கோவிந்தராயர்கிட்ட சொல்லி

வச்சிருக்கேன். எனக்கு டைம் இல்லை. நீங்களே யாராச்சிம் பார்த்துப் பேசுங்க.

ஹேமா: இல்லை இல்லை, நகைக்கடைக்கார ராய்கர் பெல்காமிலிருந்து ஸ்பெஷல் நகைங்க வரவழைச்சி வச்சிருக்கறதா சொன்னாரு. ஒருநாள்தான் இருக்குமாம்.

ரோகித்: அப்பா இருப்பாரில்லையா? அவர் பார்த்துப் பேசட்டும்.

அம்மா: வீட்டுக்கு வரோம்னு சொல்லும்போது, வரவேணாம்னு சொல்ல முடியுமா? அதுவும் ஐதராபாத்லேருந்து ஸ்பெஷலா வந்திருக்கக்கூடிய –

ரோகித்: அம்மா, அவுங்க ஏன் வந்திருக்காங்கன்னு உனக்குத் தெரியலையா?

அம்மா: ஒரு அஞ்சு நிமிஷம் பார்த்துப் பேசியிருந்துட்டு, நீ உன் வேலையைப் பார்க்க போயிடு.

அப்பா: ஐதராபாத்லேருந்து என்னைப் பார்க்கறதுக்கு வராங்களா? *That's good of them.*

ரோகித்: அஞ்சு நிமிஷத்துக்கு அப்புறம் என்ன சொல்லட்டும்?

அம்மா: இங்க பாரு, இவுங்களுக்கெல்லாம் ரொம்ப திமிர் ஏறிப் போயிடுச்சின்னு அவுங்க நெனச்சிக்கக்கூடாது.

(உள்ளே செல்கிறாள்)

ரோகித்: அந்த ஹத்தங்கடி ஜோடி அவ்வளவு சீக்கிரமா எழுந்துபோற ஆளுங்க கெடையாது. ஒரு எடத்துல உக்காந்துட்டாங்கன்னா, வேரு எறங்கிடும். அப்புறம்

அவுங்கள நிலத்தோட தோண்டி எடுத்துத்தான் அனுப்பி வைக்கணும்.

ஹேமா: *(டெலிபோன்மீது எண்களைக் கீறியபடி)* ரோகித் சொல்றதுதான் சரி, நம்ம ஜனங்களுக்கு sense of occasion ஒன்னுமே கிடையாது.

விதுலா: அப்புறம், அண்ணா, இஸபெல் போன் பண்ணியிருந்தா. நீ வந்ததுமே போன் பண்ணணும்னு சொன்னா.

ரோகித்: எனக்கு தலைய சுத்துது. அப்பறமா செய்றேன். ஒரு அரமணி நேரமாச்சிம் நான் தூங்கணும். ஏதாச்சிம் அர்ஜென்ட் வேலைன்னா எழுப்புங்க.

(தன் அறைக்குள் செல்கிறான்.)

ஹேமா: யார் இந்த இஸபெல்?

விதுலா: அவனுடைய கேர்ள் ஃப்ரண்ட்ஸ்.

ஹேமா: கிறிஸ்டியனா?

விதுலா: இஸபெல்னு சொன்னபிறகு வேற எப்படி இருப்பா?

ஹேமா: weird!

விதுலா: இது ஒன்னு புதுசா ஆரம்பிச்சிருக்கான். அரை மணிநேரம் அரைமணிநேரம்னு போய்த் தூங்கிட்டு வருவது. ஏதாச்சிம் பிரச்சினைன்னு வந்த உடனே போய்ப் படுத்துக்குவான்.

(நிறுத்தி)

அதிர்ஷ்டக்காரன். படுத்ததும் தூங்கறவன்.

திருமண ஆல்பம்

ஹேமா: *(போனில்)* ஹலோ – ஓ, கேதன் ! இன்னைக்கு என்னாச்சி டார்லிங் ?. . . அப்படியா ? ஏன் ?. . . நான் நேத்து பப்பாகிட்ட சொல்லியிருந்தேனே . . . இப்ப . . . இமெல்டா வேலைக்கு வந்திருக்காளா . . . அப்படின்னா அவளைக் கொஞ்சம் கூப்பிடு . . . அவகிட்ட கொஞ்சம் பேசணும் . . . உங்க அப்பா வீட்டுலயே இருக்கறதில்லை. இந்த பிலிப்பிக்கு கவனம் முழுக்க பாய் ஃப்ரண்ட்ஸ் பக்கம்தான். . .

(ஹேமா தன் மகனோடு பேசிக்கொண்டிருக்கும்போது, விதுலா தொலைவிலிருந்து ஆசை ததும்பும் விழிகளோடு பார்த்துக்கொண்டிருக்கிறாள்.)

காட்சி: மூன்று

(கூடம். அப்பா. ரோகித். கோபால ஸிரூர், அவருடைய மனைவி வத்ஸலா ஸிரூர், மோகன் ஹத்தங்கடி, அவருடைய மனைவி மீரா ஹத்தங்கடி எல்லாரும் உட்கார்ந்திருக்கிறார்கள். மாலைப்பொழுது)

அப்பா: என்ன . . . ஒரு பதினைஞ்சி வருஷமாச்சிம் ஆகியிருக்கும் அல்லவா மிஸ்டர் ஸிரூர். ஆமாம். என் ஞாபகப்படி . . .

கோபால்: என்னை மிஸ்டர் ஸிரூர்னு மரியாதை கொடுத்து அழைக்க வேண்டிய அவசியமில்லை. டாக்டர் பெரியப்பா. எங்க அம்மாவுடைய அம்மா உங்க பக்கத்துக்காரங்க. நாடகர்ணி.

வத்ஸலா: அப்போ . . . உங்க ஹேமா கல்யாணம் நடக்க இருந்தது.

அப்பா: என் தம்பி ராமதாஸ் அப்ப உயிரோட இருந்தான்.

கோபால்: இருந்தானே, எங்களுக்கு நல்லா ஞாபகமிருக்குது. ரொம்ப சுறுசுறுப்பு. ஆக்டிவ்.

அப்பா: அப்புறம் வெரி கேபபள். ரொம்ப திறமைசாலி. எங்க குடும்பத்துல ஜீனியஸ்னு சொல்றதுக்கு அவன் ஒருத்தன்தான் இருந்தான். மனசு வச்சிருந்தான்னா ரவிவர்மாவாகவே அவன் ஆகியிருக்கலாம். ஆனால் அவன் தலையில வெறும் வியாபாரம். சம்பாதிக்கணும், சூரியன் உதிக்கறதுக்குள்ள பணக்காரனாவணும்ங்கற எண்ணம் ...

ரோகித்: *(மெதுவாக)* அப்பா, அவுங்களுக்கு –

அப்பா: பலசரக்குக்கடை வச்சான். சரியா போவலை. ரெஸ்டாரன்ட்ல பணத்த போட்டான். பேக்கரி நடத்தனான். ஒருமுறை இல்ல, ரெண்டுமுறை இல்ல, ஒவ்வொரு முறையும் நஷ்டம்தான். இருந்ததையெல்லாம் இழந்துட்டான். நம்ம சாதிக்காரங்களுக்கு பிசினெஸ்லாம் ஒத்தே வராதுங்க. நான்தான் அவனைப் பார்த்துக்கிட்டேன். ஆனாலும், அவன் இல்லைன்னா, நாங்க ஹேமாவுடைய கல்யாணத்தை எப்படி சமாளிச்சிருப்போமோ, அந்தக் கடவுளுக்குத்தான் வெளிச்சம். இப்போ, அவன் இல்லாம இந்த விசேஷம் எப்படி நடக்குமோன்னு மனம் படபடன்னு அடிச்சிக்குது.

மீரா: ஏன், நாங்கள்ளாம் இருக்குறோமில்ல, நீ எதுக்கும் கவலைப்படத் தேவையில்லை.

ரோகித்: அப்பா –

(கடிகாரத்தைப் பார்க்கிறான். ஆனால் அப்பாவுக்கு அந்தக் கவனமே இல்லை.)

வத்ஸலா: ஹேமாவும் வந்திருக்காளேமே, ஆஸ்திரேலியாவிலிருந்து...

அப்பா: அவ வந்திருக்காதான். *(சட்டென உபசரிக்கும் தொனியில்)* But my wife and my two daughters give their apologies. They greatly regret they were unable to be here this evening to welcome you personally. *(நிறுத்தி)* They are out for shopping. *(கொல்லெனச் சிரித்து)* ஷாப்பிங். கல்யாணம்னா ஷாப்பிங். மத்ததெல்லாம் *secondary*.

மோகன்: ஒரு காலத்துல இங்க கல்யாண காரியம்னா வாரக்கணக்குல ஆவும். துணிமணி, நகைகள், சாப்பாடு, விருந்துன்னு ஒன்னொன்ன பத்தியும் வாரக்கணக்குல பேச்சு இருக்கும்.

அப்பா: ஆனால், ஹேமாவின் கணவன் – சந்திரகாந்த் – ஒரு பைசா கூட வரதட்சணை வாங்கலை. இப்ப விதுலாவுக்கு பார்த்திருக்கோமே வரன், அவன் பேர் என்ன...?

ரோகித்: அஷ்வின்.

அப்பா: அஷ்வின். அவனும் அப்படித்தான். வரதட்சணை வேணாம். அதிகமா செலவு பண்ற கல்யாணம் வேணாம். இந்தக் காலத்து பசங்களுக்கு ஐடியலிஸம் இல்லை, லட்சியம் இல்லைன்னு யார் சொன்னாங்க? The first thing he said was. No thanks, I don't want any dowry. என்ன சொல்றீங்க?

ரோகித்: அப்பா, அவுங்க வந்திருக்கிறது –

அப்பா: *Sorry, sorry* முதுமையில பேச்சு அதிகமாய்டுது. நாக்கு கொஞ்சம் நீளமாய்டுது.

கிரீஷ் கார்னாட்

மோகன்: சீச்சீ. டாக்டர் பெரியப்பா, நாங்க உங்ககிட்டதான் பேசலாம்னு வந்தோம்.

ரோகித்: *(எழுந்து)* என்னை மன்னிக்கணும். எனக்கு அவசரமா கொஞ்சம் வேலையிருக்குது.

கோபால்: *(ரோகித்திடம்)* உண்மையைச் சொல்லணும்ன்னா, சாரி சொல்லவேண்டியது நாங்க. நீ உன் தங்கையுடைய கல்யாண வேலை பரபரப்புல இருப்பே. அதுக்கு நடுவுல நாங்க வந்துட்டோம். ஆனாலும், எங்களைப் பார்க்கறதுக்கு ஒத்துக்கிட்டியே, அது உன் பெரிய மனசு.

வத்ஸலா: உங்களுக்கெல்லாம் கஷ்டம் கொடுக்கறோம்.

மோகன்: அவனுக்கும் நம்ம நிலைமை புரியும், அக்கா. *(ரோகித்திடம், ஸ்ரூர் தம்பதியரின் பக்கமாகக் கையைக் காட்டி)* இவுங்களுக்கும் இவுங்களுடைய சுமைகள் இருக்குது. *I am sure you understand.*

ரோகித்: அப்படின்னா – அஷ்வின் இங்கே வரும்போது தன்னுடைய மாமா வீட்டுலதான் தங்கலாம்னு இருக்கான். கத்ரெ கோவிந்தராவ் இன்னைக்கு சாயங்காலமா வா, என்னென்ன ஏற்பாடுகள் செய்யணும்னு கலந்து பேசலாம்னு சொல்லியிருக்காரு. அதுக்குத்தான் கௌம்பணும் . . .

கோபால்: நாங்க உனக்குத் தொந்தரவு கொடுக்கக்கூடாது. ஆனாலும் என்ன செய்யறது?

மோகன்: இந்த முகூர்த்தம் ரொம்ப நல்லா இருக்குது. தங்கம்னா தங்கமாம். என்ன நடந்தாலும் சரி, இந்த முகூர்த்தத்தை மட்டும் விட்டுடாதிங்கன்னு சொன்னாரு . . .

(முகூர்த்தம் என்கிற வார்த்தையைக் கேட்டு ரோகித்தின் காது நிமிர்கிறது)

மீரா: அவரு சொல்றபடிதான் நாங்க நடப்போம்! ஒரு வார்த்தைகூட மீறமாட்டோம்.

ரோகித்: அவருன்னா?

கோபால்: இன்னைக்கு சாயங்காலம் எங்களோடு தபஸ்யாவை அழைச்சிக்கிட்டு வரவேணாம்னு சொன்னியே. *That was most sensitive of you. We appreciate that.*

ரோகித்: நீங்க ஐதராபாத்திலிருந்து வந்ததே தெரியாது. ஒருவேளை அப்படி எங்க அக்கா சொல்லியிருக்கலாம்.

கோபால்: அவள் சொன்னதும் சரிதான். நாம பேசிட்டிருக்கும்போது, தபஸ்யாவும் இங்கயே உக்காந்திருப்பது, அவளுக்கும் சங்கடம், உனக்கும் சங்கடம்.

வத்ஸலா: *(புன்னகைக்கிறாள்)* பேச போகும்போது தபஸ்யாவையும் அழச்சிகிட்டுப் போகலாம்ன்னுதான் நான் சொன்னேன். இந்தக் காலத்துப் பொண்ணுங்க – எங்களைப்போல இருபத்தைந்து வருஷத்துக்கு முன்னால இருந்தமாதிரி இல்லை அல்லவா? அவளுடைய எதிர்காலத்தைப் பற்றிப் பேசும்போது அவளையும் அழச்சி வந்திருக்கலாமோ என்னமோ. இப்ப பாவம். ஒருத்தியா தனியா உக்காந்திருப்பா. நாங்க போன் போட்டு எல்லாம் சரியாட்டுதுன்னு சொல்றவரைக்கும் அவள் உயிர் துடிச்சிட்டிருக்கும்...

மோகன்: மாமா சொல்றது அது இல்லை அக்கா, இவனுடைய தங்கை கல்யாண விஷயம் நல்லபடியா முடிஞ்சிதுன்னா,

அதுக்கப்பறமா தபஸ்யாவும் ரோகித்தும் சந்திச்சிக்கலாம். நிதானமா பேசிக்கலாம். இன்னைக்கு, இதெல்லாம் வெறும் *preliminaries*…

ரோகித்: மன்னிக்கணும். நீங்க எதைப்பற்றிப் பேசறிங்க?

(சிறிது மௌனம். அதற்குப் பிறகு மோகன் வேகமாகச் சிரித்து)

மோகன்: நானும் மீராவும் இத்தனை நாள் வந்துட்டிருக்கமில்லையா?

அப்பா: *(சட்டென விழித்தவரைப்போல, குரலை உயர்த்தி)* ஆமாம், ஆமாம். ஒவ்வொரு சனிக்கிழமையும் ஒன்பது மணிக்கு சரியாக. *(சிரித்து)* என்னைக்காவது தாமதமாய்ட்டுதுன்னா நானே இவனிடம் 'என்னடா, இன்னைக்கு உன் வீக்லி போஸ்ட் வரலையா'ன்னு கேட்பேன்.

ரோகித்: அப்பா –

மோகன்: *(சிரித்து)* நாங்க ஹுப்ளியிலிருந்து வரணும். அதுதான் எங்களுக்கு வசதியான நேரம். அப்ப கிளம்பனா இங்க வருவதற்கு அரைமணிநேரம் ஆவும். ஆனால், கிளம்பறதுல கொஞ்சம் தாமதமாய்டுச்சின்னா, ஒரு மணி நேரம் புடிக்கும் – இப்பத்திய ட்ராஃபிக் பத்திதான் உங்களுக்குத் தெரியுமே…

மீரா: இங்கே வந்துட்டு, இங்கேருந்து சோமேஷ்வர கோயிலுக்குப் போவணும். அங்கே பத்து மணிக்கு ஆரத்தி. நேரம் சரியா இருக்கும்.

அப்பா: நேருக்கு நேரா நான் வந்து உக்காந்தாலும் என் பக்கம் பார்வை திரும்பாது…

மோகன்: சீச்சீ, டாக்டர் பெரியப்பா, என்ன பேசறிங்க நீங்க?

மீரா: நீங்க பெரியவங்க. உங்கள நாங்க –

(ரோகித் அப்பாவின் கையை அழுத்துகிறான். அப்பா அமைதியாகிறார்.)

கோபால்: அதுல என்ன இருக்குது? எங்க பையன் ஷரத் இந்தியாவுக்கு வந்திருக்கான். அடுத்த மாதம் அவன் லீவ் முடியுது. மறுபடியும் கனடாவுக்குப் போவணும். அப்புறம் மூணு வருஷம் லீவ் கிடைக்காதாம். அதனாலதான் நீ 'ம்'ன்னு ஒரு வார்த்தை சொன்னா போதும், அவன் போவறதுக்குள்ள வரவேற்பு வேலையை முடிச்சிடலாம்ன்னு நெனச்சிட்டிருக்கோம்.

(ரோகித் அதிர்ச்சியில் உறைந்துபோய்ப் பார்க்கிறான்.)

வத்ஸலா: அதனாலதான், உனக்கு நூத்தியெட்டு வேலைகள் இருக்கும்ன்னு தெரிஞ்சிருந்தாலும் சரி கேட்டுடலாம்ன்னு கெளம்பி வந்தோம்.

மீரா: இந்த முகூர்த்தத்தை விட்டா, இன்னும் மூணு வாரம் காத்திருக்கணும். அதனாலதான், இப்பவே வந்துடுங்கன்னு நாங்கதான் சொன்னோம்...

மோகன்: ஐதராபாத்திலிருந்து! 'நீங்க எதுக்கும் கவலைப்பட வேணாம். எல்லாம் நல்லபடியா நடக்கும்'ன்னு சாஸ்திரிகளே ஆசீர்வாதம் பண்ணி அனுப்பி வச்சிருக்காரு. அப்படி இருக்கும்போது –

மீரா: தபஸ்யாவும் கூடவே வரட்டும்ன்னு சொன்னோம் –

ரோகித்: ஆனால் – ஆனால் – எனக்குக் கல்யாணம் செஞ்சிக்கிற எண்ணமே இல்லை. *I am not thinking of getting married.*

(சங்கடமான மௌனம். கோபால் – வத்ஸலா குழம்பிப் போகிறார்கள். மீண்டும் பேச முயற்சி செய்கிறான் மோகன்.)

மோகன்: நீ அப்படி சொல்வேன்னு தெரியும். ஆனா, இன்னும் எத்தனை நாளுக்கு அப்படி சொல்லமுடியும் உன்னால? சரியா சொல்லணும்ன்னா, உன் தங்கை கல்யாணம் நடக்கிற அதே மண்டபத்துல, உனக்கும் தபஸ்யாவுக்கும் கூட கல்யாணம் செஞ்சி வச்சிடலாம்ன்னுகூட நெனச்சேன்.

மீரா: உங்க அம்மா – அப்பாவுக்கும் வயசாய்டுச்சி...

அப்பா: என் வயசப்பத்தி நீங்க கவலைப்படாதீங்க. என் வயச நான் பார்த்துக்கறேன். உங்க வயச நீங்க பார்த்துக்குங்க...

கோபால்: சும்மா இரு மீரா, கொஞ்ச நேரம் சும்மா உக்காரு.

மீரா: *(நயமாக)* நான் வயசுன்னுதான் சொன்னேன் டாக்டர் பெரியப்பா, முதுமைன்னு சொல்லலை. கோவிச்சிக்காதீங்க.

(ராதாபாய் தேநீர்க் கோப்பைகள் வைக்கப்பட்ட ஒரு ட்ரேயைக் கொண்டுவந்து எல்லாருக்கும் கொடுக்கிறாள்.)

கோபால்: *(பொறுமையாக, ரோகித்திடம்)* இப்ப ஏன் கல்யாணம் வேணாம்ன்னு சொல்றே?

ரோகித்: இன்னும் மூணு வருஷம், கல்யாணத்தைப் பற்றி யோசிக்கிற நிலைமையில நான் இல்லை. இதையெல்லாம் நான் என்னைக்கோ அவுங்ககிட்ட சொல்லிட்டேன். எவ்வளவோ தரம் சொல்லியிருக்கேன்.

கோபால்: *அதான், ஏன்னு நாங்க தெரிஞ்சிக்கலாமா?*

ரோகித்: இப்ப நான் செய்ற வேலையை விட்டுட்டு, எனக்குச் சொந்தமா ஒரு கம்பெனியை ஆரம்பிக்கணும்ன்னு எண்ணமிருக்குது. *A production house.*

கோபால்: *Good.* நீ அப்படி கண்டிப்பா செய்யணும். நான் எப்பவுமே ஒரு விஷயத்தைப் பற்றி சொல்லிட்டே இருப்பேன். நம்முடைய சமூகம் நல்லா படிச்ச சமூகம். ஆனால், நம்மிடம் துணிச்சல் கிடையாது. ஒரு மார்வாடிக்காரனுக்குப் பணம்ன்னு சொன்னா, அது ஒரு சாதனையை நிகழ்த்தக் கிடைத்திருக்கிற அழைப்பு. *A call to adventure.* அது ஒரு மாயக்கம்பளம். ஆனால், நமது சாரஸ்வத பிராமணர்களுக்குப் பணம்ன்னு சொன்னா, அது பாதுகாப்புக்கான ஒரு அடையாளம். *Proof of security.* கதகதப்பான ரத்தினக்கம்பளம். நீ *Risk* எடுக்கறேன்னு சொன்ன பாரு. *Very good. This is an age of opportunity.* எங்களுக்கும் சந்தோஷம்தான். தபஸ்யாவுக்கு உன் *Creatuivity* பற்றி ரொம்ப மதிப்பு உண்டு. உன் பக்கத்திலே நின்று, தொடர்ந்து ஒன்னா நடக்கணும்ங்கற கனவு இருக்குது.

(இந்த உரையாடல் நிகழும்போது, ரோகித் யாருக்கும் தெரியாமல் கடிகாரத்தைப் பார்க்கிறான். ஆனாலும் கோபாலராயரின் பேச்சு அவனிடம் ஒரு மதிப்பை உருவாக்குகிறது.)

மீரா: மதிப்பு மட்டுமா? பக்தியென்றே சொல்லலாம். நீ எடுத்திருக்கிற எல்லா *documentaries* ம் பார்த்திருக்கா.

ரோகித்: *(எரிச்சலோடு)* எந்த *documentaries?*

மீரா: ம்... ம்... டெலிவிஷன்ல வருதில்லையா, அதையெல்லாம். *(கோபாலிடம்)* இல்லையா அண்ணா?

மோகன்: அவளும் creative ஆ இருப்பா. பாடுவாள்.

ரோகித்: நீங்க இதையெல்லாம் ஏற்கனவே சொல்லிட்டிங்க. ஒரு தரம் ரெண்டு தரம் அல்ல. பல தரம். நானும் என் மனசுல இருக்கறத சொல்லிட்டேன். *I am sorry.*

(அப்பா எழுந்து நிற்கிறார்.)

மீரா: இது என்ன டாக்டர் பெரியப்பா? ரோகித் கல்யாணமே வேணாம்ன்னு சொல்றான். நீங்க என்ன சொல்றிங்க?

அப்பா: நான் என்ன சொல்லட்டும்? எனக்கு ஒரு பொண்டாட்டி இருக்கிறாளே.

(எல்லோரும் சிரிக்கிறார்கள். அப்பா உள்ளே செல்கிறார்.)

மீரா: ஹாஹா! பெரியப்பா நல்லா ஜோக்ஸ் சொல்றார்.

மோகன்: கடவுள் புண்ணியத்துல மாமாவுக்கு ஒரு குறையுமில்லை. ரெண்டே புள்ளைங்க. மகன் கனடாவுல சுகமா இருக்கிறான். இப்ப இங்க இருக்கறது எல்லாமே தபஸ்யாவின் விருப்பம்தான்.

மீரா: உனக்கு வெளிநாடு போகிற விருப்பம் இருந்தா, அதற்கும் ஏற்பாடு செய்யலாம்.

ரோகித்: *(கோபத்தோடு)* நீங்க எனக்கு லஞ்சம் கொடுக்கிறீங்களா?

மோகன்: சீச்சீ. அப்படி கிடையாது.

மீரா: இல்லை, இல்லை, ப்ளீஸ்.

ரோகித்: இந்த *perks* க்காக நான் கல்யாணம் செஞ்சிக்கணும்னு சொல்றீங்களா?

கோபால்: ரோகித், ரோகித், ஒரு நிமிடம். நீங்க இந்தக்காலத்து தலைமுறை. நீங்க *americanaized* ஆகிட்டிங்க. தன்னுடைய கால்மீது தானே நின்னுக்கணும்ன்னு நெனைக்கிற வேகம். நல்லதுதானே! ஆனால், எங்க காலத்துல குழந்தைங்களுக்கு தேவையான காசுபணத்தைப் பற்றிக் கவலைப்படறது பெரியவங்களுடைய பொறுப்பா இருந்தது. அதில் எங்களுக்கு லஞ்சமோ, *bribery* யோ கண்ணுக்குத் தெரியலை.

மோகன்: எல்லா *facts* ஐயும் உனக்கு முன்னால் வைக்கறது எங்கள் கடமை.

ரோகித்: இல்லை, *I am sorry.* என்னுடைய பதிலை நான் சொல்லிட்டேன். இல்லை, என்னால முடியாது.

(ஆழ்ந்த மௌனம். வத்ஸலா அச்சத்தோடு கணவனின்பக்கம் பார்க்கிறாள். கோபால்ராவ் அதிர்ச்சியில் நிலைகுலைந்து போயிருக்கிறார்.)

கோபால்: முடியாதா? அப்படின்னா –

வத்ஸலா: அப்படின்னா, நாங்க எங்க பொண்ணுகிட்ட என்ன பதில் சொல்றது?

ரோகித்: என்கிட்ட கேக்காதீங்க. நான் இவ்வளவு தெளிவா முடியாதுன்னு சொல்லும்போது, நீங்க எதுக்கு தபஸ்யாவை அழச்சிக்கிட்டு வந்தீங்க?

கோபால்: நீ முடியாதுன்னு சொன்னியா? எப்ப? எப்ப சொன்னே?

வத்ஸலா: நீ முடியாதுன்னு சொல்லியிருந்தா, நாங்க ஏன் அவளை அழைச்சிக்கிட்டு வரப்போறோம்?

(மோகனும் மீராவும் குழப்பமடைகின்றனர்.)

ரோகித்: அப்படின்னா, *(மோகனை நோக்கி)* அப்படின்னா... நான் சொன்னதையெல்லாம் நீங்க இவுங்களுக்கு தெரியப்படுத்தவே இல்லையா?

மோகன்: அதுல என்ன இருக்குது? – யார் என்ன செஞ்சாலும் கெடுதல் விளையணும்ன்னு யாரும் எதுவும் செய்யறதில்லை. நல்லது நடக்கட்டும்ன்னு நெனச்சிதான் செய்றோம்...

ரோகித்: *(கோபத்தோடு)* ஒரு தரமில்லை, ரெண்டு தரமில்லை, ஐம்பது தரம் – நீங்க இங்க வந்திருக்கும்போது, ஒவ்வொரு சனிக்கிழமையும் காலையில, ஒவ்வொரு தரமும் சொன்னதை நீங்க இவுங்களுக்குத் தெரிவிக்கவே இல்லையா? நான் ஒத்துக்கிட்டேன்னு போய் சொல்லிட்டிங்களா, என்ன?

மோகன்: இல்லை, இல்லை. நீ ஒத்துக்கிட்டேன்னு நான் சொல்லவே இல்லை. முதலில் அப்படி இப்படி சொன்னாலும், கடைசியா ஒத்துக்குவேன்னு ஒரு நம்பிக்கை இருந்தது. அதனால அப்படியே சொல்லிவச்சேன்.

மீரா: சாஸ்திரிகள் ரொம்ப நம்பிக்கையா சொன்னாரு. இந்த சம்பந்தம் நூற்றுக்கு நூறு சதம் நடக்கும்ன்னு. இவ்வளவு கச்சிதமா பொருந்தி வரக்கூடிய ஜாதகத்தைப் பார்த்ததே இல்லைன்னு சொன்னாரு –

ரோகித்: I can't believe it. நான் இவர்கிட்ட சொன்னதை உங்களுக்குத் தெரிவிக்காம, சாஸ்திரி சொன்னதை சொல்லியிருக்காரு...

(மொபைல் எடுத்து எண்களை அழுத்துகிறான். காதோரம் வைத்துக் கேட்கிறான். எண் busy ஆக இருக்கிறது.)

த்ச்!

கோபால்: ரோகித், நடந்ததை மறந்துவிடுவோம்.

ரோகித்: மறக்கறதா? நான் மறுபடியும் மறுபடியும் சொல்லிட்டே இருக்கேனே, அதுக்கு ஒரு மதிப்பே இல்லையா?

கோபால்: அவுங்க தப்பு பண்ணிட்டாங்க, ஒத்துக்கறேன். அப்படி செஞ்சியிருக்க கூடாதுதான்.

மீரா: நல்லது செய்யப் போகும்போது திட்டு வாங்கினாலும் தாங்கிக்கணும்னு சொல்வாங்க...

கோபால்: *(கையை உயர்த்தி எல்லோரையும் வணங்கி)* ப்ளீஸ். தபஸ்யா அங்கே காத்திட்டிருப்பா. அவளோடு கொஞ்சம் பேசறியா?

ரோகித்: நானா? நான் என்ன பேசட்டும்? *(மோகனின் பக்கம் கையைக் காட்டி)* அவர்கிட்ட கேளுங்க. நான் கௌம்பணும்.

(மொபைலைக் காதோரம் வைத்து)

ஹலோ, நான் ரோகித். யாரு? கோவிந்த் மாமாதானே?... சரி, நான் அங்கே இன்னும் ஒரு பத்து நிமிஷத்துல இருப்பேன். ஆமாம். பத்தே பத்து நிமிஷம். வந்துட்டேன். சாரி, கொஞ்சம் லேட்டாயிடுச்சி.

(மொபைலைப் பைக்குள் வைத்துவிட்டு)

நான் கௌம்பணும்.

கிரிஷ் கார்னாட்

கோபால்: *(பலவீனமாக)* ரோகித், ரோகித். நான் பேசி முடிக்கறதுக்கு ஒரு வாய்ப்பு கொடு. நாங்க தபஸ்யாவுக்கு என்ன பதில் சொல்றது? நான் வேண்டிக் கேட்டுக்கறதெல்லாம் இது ஒன்னுதான். இப்ப ம்னு சொல்லு. அது போதும். நானும் இவளும் ஐதராபாத்துக்கு திரும்பிப் போயிடுவோம். தபஸ்யா *(மீராவின் பக்கம் கையைக் காட்டி)* ஹூப்ளியில என் தங்கச்சி வீட்டுல இருப்பா. வேணும்னா ஒன் தங்கச்சி கல்யாணத்துக்கு தேவையான உதவிகளையும் செய்வா.

ரோகித்: நான் கெளம்பியே ஆவணும். ப்ளீஸ். நீங்க வேணும்னா இன்னும் கொஞ்ச நேரம் உட்கார்ந்தா, எங்க அம்மா, அக்கா எல்லாரும் வந்துருவாங்க... அவுங்ககிட்ட –

கோபால்: *(கலங்கி)* நான் என் பொண்ணுகிட்ட என்ன சொல்லணும்? நீ இந்த சம்பந்தத்துக்கு ஒத்துக்கலைங்கறது உண்மைதான். ஆனால், அந்தப் பொண்ண பத்திக் கொஞ்சம் யோசிச்சிப் பாரு. நீ ஒத்துகிட்டேன்னு நம்பி அவ வந்திருக்கா. ஐதராபாத்திலிருந்து வந்திருக்கா. இன்னைக்கு எல்லாம் கூடி வந்துரும்னு நம்பிக்கையோடு வந்திருக்கா...

ரோகித்: *(கோபமாக)* அதுக்கு நான் என்ன செய்யணும்னு சொல்றிங்க?

கோபால்: அவள் ஒன்னும் படிக்கத் தெரியாத பொண்ணு இல்லை. *She is not an uneducated girl.* அவள் *First class in MA in sociology.* மாடர்ன் பொண்ணு. சென்ஸிட்டிவ். அவள் இவ்வளவு தூரம் வந்துட்ட பிறகு, அவளோடு பேசக்கூட மாட்டேன்னு அடம் புடிச்சா? வேணாம். ப்ளீஸ். அவளை அவமானப்படுத்தாதே.

ரோகித்: அவமானமா? நானா? நான் எப்படி...?

மோகன்: உன் தப்புன்னு யாரும் சொல்லலை.

மீரா: எல்லா தப்பும் எங்க மேலதான். ஒத்துக்கறோம். வேற என்ன செய்யமுடியும்?

வத்ஸலா: ரொம்ப ஆசைய மனசுல வச்சிட்டு வந்திருக்குது பொண்ணு.

(கோபால்ராவ் சட்டென எழுந்து நின்று சத்தம்போட்டுப் பேச ஆரம்பிக்கிறார்.)

கோபால்: நீங்க எல்லாரும் ஒரு நிமிடம் வாயை மூடிக்கொண்டு உட்கார்ந்திருக்கீங்களா? ஒரே ஒரு நிமிடம் –

வத்ஸலா: *(எழுந்து)* கொஞ்சம் பொறுமையா இருங்க. நீங்க எக்ஸைட் ஆகக் கூடாதுன்னு டாக்டர் சொல்லியிருக்காரு. உங்க ரத்த அழுத்தத்துக்கு நல்லதில்லை.

கோபால்: *(கூச்சலிட்டபடி) Shut up! Shut up* னு சொல்றேனில்ல. நீங்க எல்லாரும் ஏன் வாயை மூடிக்கொண்டு உட்கார்ந்திருப்பதில்லை. ரோகித், முதலில் எங்க தப்பை ஒத்துக்கொள்கிறோம். உனக்கும் இவருக்கும் இடையில என்ன பேச்சுவார்த்தை நடந்ததோ எனக்குத் தெரியாது. எங்களிடம் இவர் அதை நேர்மையான முறையில சொல்லலை. பொய் சொன்னாருன்னே வச்சிக்கலாம். ஆனால் நானும் இவளும் – இதைத்தவிர வேறு என்ன செஞ்சிருக்கமுடியும்? நீ ஒப்புக்கொண்டது உண்மையோ பொய்யோன்னு உனக்கு போன் போட்டு கேட்டிருக்கமுடியுமா? 'நீங்க சொல்றது

உண்மைதான்னு சத்தியம் பண்ணுங்க்ன்னு இவர்கிட்டதான் கேட்டிருக்க முடியுமா? நாங்க நம்பிட்டோம். ஏனென்றால், நம்பறதுக்காகவே நாங்க வெகுகாலமா காத்துகிட்டிருந்தோம். ஏன் நம்பக்கூடாது? ஒரே ஒரு பொண்ணு. அவளுக்கு நல்லது நடக்கும்ன்னு ஏன் நம்பக்கூடாது?

மீரா: அண்ணா –

கோபால்: சும்மா இருன்னு சொன்னேனில்லையா? ரோகித், நாங்க ஐதராபாத்தில எல்லோருக்கும் சொல்லிட்டு வந்திருக்கோம். சம்பந்தம் உறுதிதான், ரோகித் ஒப்புதல் கொடுத்திருக்கான்னு. நிச்சயதார்த்தத்துக்கு போறதா நெனச்சிக்குங்கன்னு வாயத் திறந்து சொல்லலை. ஆனாலும், இந்த அர்த்தத்துலதான் பேசனோம். பேசியிருக்கக் கூடாதுதான். ஆனாலும் பேசிட்டோம். நாங்களும் ஆசைப்பட்டுட்டோம். அதனால பேசிட்டோம்.

வத்ஸலா: போதும்ங்க...

(கோபால்ராவ் பேசிக்கொண்டிருக்கும்போதே சமையலறை வாசலில் ராதாபாய் வந்து நின்று கேட்கிறாள்.)

கோபால்: வாயை மூடுன்னு சொல்றனில்லை. என் மகளால எனக்கு ஸ்ட்ரோக் வந்துட்டாலும் பரவாயில்லை. உனக்கு இது சின்ன விஷயமா தெரியுதோ என்னமோ ரோகித், ஆனால் எங்க சொந்தக்காரங்க எல்லாரும் எங்களுக்கு *personally congratulate* சொன்னாங்க. அருமையான முத்துமாதிரி மருமகன் உங்களுக்குக் கிடைச்சிருக்கான்னு. அவள்கூட காலேஜ்ல படிக்கறவங்க எல்லாரும் அவளுக்கு பார்ட்டி கொடுத்தாங்க. இப்ப முடியாதுன்னா,

அவளால எப்படி முகத்தைக் காட்டமுடியும்? *Think of her public humiliation.* வேணாம், அப்படி செய்யவேணாம். வேணும்ங்கறத கேள். ஒத்துக்கறேன். ஆனா அவளுக்கு வேதனையைக் கொடுத்துடாதே. ஒரே மகள். *She is sensitive. She is an M.A.* நாங்க பூவை பார்த்துக்கறமாதிரி அவளைப் பார்த்துக்கறோம். அவளை அவமானப்படுத்த வேண்டாம். ப்ளீஸ். வேணும்னா நான் உன் காலில் விழறேன். கொஞ்சம் கருணை காட்டு.

(ரோகித்தின் காலில் சட்டென்று விழுந்துவிடுகிறார். ரோகித்தும் தடுமாறி விழுகிறான். மற்றவர்கள் கோபால்ராவைப் பற்றிப் பிடித்துத் தூக்குகிறார்கள். எல்லோரும் சேர்ந்தே பேசுகிறார்கள்.)

மீரா: அண்ணா, என்ன இது பைத்தியக்காரத்தனம்?

வத்ஸலா: நீங்க கொஞ்சம் ஜாக்கிரதையா இருங்க. உங்க ரத்த அழுத்தம் அதிகமாயிடும்...

கோபால்: நம்ம பொண்ணுக்காக எதை வேணும்னாலும் செய்வேன்.

வத்ஸலா: *careful* ஆ இருக்கணும்ன்னு டாக்டர் சொல்லியிருக்காரு.

கோபால்: *(மெதுவாக நாற்காலியில் சரிந்தபடி)* வேணாம். அந்த விஷயத்தையே என்னால தாங்கிக்க முடியலை. *Don't do it, please.*

(வத்ஸலா புடவை முந்தானையால் விசிறிவிடுகிறாள்.)

வத்ஸலா: சும்மா இருங்க. ரொம்ப அதிகமாய்டுச்சி...

ரோகித்: *(அதிர்ச்சியில் உறைந்தவனாக)* நான் கௌம்பணும், ரொம்ப நேரமாய்டுச்சி.

மோகன்: நாளைக்கு போன் பண்ணட்டுமா?

ரோகித்: நாளைக்கு வேண்டாம். விதுலா கல்யாண பரபரப்பு...

மோகன்: அப்படின்னா, இரண்டு நாள் விட்டுப் பேசலாம்...

ரோகித்: பார்க்கலாம். நான் இப்ப கௌம்பணும், ... ஆகட்டும், ஆகட்டும்.

மோகன்: ம். ஆகட்டும்னு சொன்னாயல்லவா? அது போதும். மொதல்லியே அத சொல்லியிருக்கலாமே?

ரோகித்: *(தப்பு செய்தவனைப்போல)* சாரி...

மோகன்: எதுக்கு சாரி? உன் நிலைமை எனக்குப் புரியுது. ரெண்டு நாள் விட்டுப் பார்க்கலாம்ன்னு சொல்லியிருந்தா, இவ்வளவு கலவரத்துக்கு அவசியமே இல்லை...

மீரா: இருக்கட்டும் விடுங்க, ஆகட்டும்ன்னு சொல்லியிருக்கானில்ல..

கோபால்: தபஸ்யாகிட்ட என்ன சொல்றது? அவளுக்கு எப்படி மூஞ்சிய காட்டறது?

வத்ஸலா: *(கடுமையாக)* கௌம்பலாம் வாங்க. நாலும் தெரிஞ்ச பொண்ணுதான். சொன்னா புரிஞ்சிக்குவா, வாங்க...

மோகன்: மாமா, *young men need time to consider.* அவனும் யோசிக்கட்டும். அதுவும் சரிதானே?

வத்ஸலா: *(முகத்தில் சிரிப்பு எதுவும் இல்லாமல், ரோகித்திடம்)* வரோம்.

கோபால்: *(ஆற்றாமையோடு)* ரோகித் –

(வத்ஸலா கோபால்ராவின் தோளைப் பிடித்துத் தள்ளிக்கொண்டு போகிறாள். மோகன் மீண்டும் பேச்சைத் தொடங்கும் முன்பாகவே, மோகன் மொபைலில் உள்ள எண்களை அழுத்துகிறான்.)

ரோகித்: ஹலோ, நான் ரோகித். கோவிந்த மாமா இருக்காருங்களா?... ஓ...ஓ...! கிளம்பிப் போயிட்டாங்களா? எங்கே?... ஆமாம். பத்து நிமிஷத்துல வரேன்னு சொல்லியிருந்தேன், உண்மைதான். ஆனால் இங்கே... எங்கே போயிருக்காரு தெரியுமா?... ஓ, ! நான் போன் செஞ்சேன்னு சொல்லுங்க.

(பேசி முடித்த ரோகித், மோகனும் மீராவும் அங்கேயே இருப்பதைப் பார்த்துப் பேசாமலேயே உள்ளே செல்ல ஆரம்பிக்கிறான்.)

மீரா: ரோகித், சொல்றேன்னு தப்பா நெனச்சிக்காதே. நீ யாருகிட்ட பேசினே? கோவிந்தராயர் பொண்ணு உஷாவுடனா?

ரோகித்: ம்.

மீரா: அவளை அஷ்வினுக்குக் கொடுக்கணும்ன்னு கோவிந்தராயர் ரொம்ப ஆசப்பட்டாரு. இப்ப அஷ்வின் உன் தங்கையை பார்க்கறதுக்கு வரும்போது அவுங்க வீட்டுலதான் தங்கப் போறானா? கொஞ்சம் கவனமா இருங்க...

வத்ஸலா: *(வெளியிலிருந்து)* மோகன், மீரா –

கிரிஷ் கார்னாட்

மோகன்: நீ இன்னும் சின்ன பையன். யாரால, எந்த அளவுக்குக் கெடுதல் செய்யமுடியும்ங்கற விஷயம் உனக்குத் தெரியாது...

(மோகனும் மீராவும் கிளம்பிச் செல்கிறார்கள். மொபைல் சத்தம். மொபைல்மீது ஒளிரும் பெயரைப் பார்த்துவிட்டுப் பேச ஆரம்பிக்கிறான்.)

ரோகித்: இஸபெல்! *Thank God.* இந்த நேரத்துக்கு உன் குரலை கேக்கறதே அமுதமா இருக்குது. இங்கே நான் ஒருமணி நேரமா, எந்த அளவுக்கு நரகவேதனை அனுபவிச்சேன் தெரியுமா? ம், அந்த ஸிரூர்காரங்க வந்திருந்தாங்க. ஹைதராபாத்திலிருந்து...

(இஸபெல் அவனைத் தொடர்ந்து பேசவிடவில்லை. அவள் பேசப்பேச அவன் மேலும்மேலும் குழப்பத்தில் ஆழ்ந்துவிடுகிறான்.)

இல்லை டார்லிங். நான் ஒத்துக்கலை. நீ ஏன் இந்த அளவுக்கு *insecure* ஆ நெனைச்சிக்கிறே? அவுங்க வராங்கங்கற செய்தி கூட எனக்குத் தெரியாது. எல்லாம் அம்மா வேலை –

(நிறுத்தி) கொஞ்சம் பொறுமையா இரு. என் தங்கையுடைய திருமணம் இன்னும் எட்டு நாளில் நடக்கப்போவுது. திருமணம் நடக்கும்ங்கறதுல அவளுக்கு நம்பிக்கை இல்லைங்கறது உண்மைதான். ஆனால், கண்டிப்பா நடக்கும். இல்லை, டார்லிங், *I can't*. இன்னும் ஒரு மூணு நாள் உன்னைப் பார்க்கமுடியாது. *I just can't. Sorry.*

(அவன் பேசிக்கொண்டிருக்கும்போதே விதுலா – ஹேமா இருவரும் பின்கட்டுவழியாக வருகிறார்கள். கையில் shopping bags.)

பை, *love,* அப்புறமா கூப்பிடறேன்.

(அடங்கிய குரலில்)

I love you

(மொபைலை உள்ளே வைக்கிறான்.)

ஹேமா: யாரு? உன் கிறிஸ்டியன் ஃப்ரெண்டா?

ரோகித்: ம்.

ஹேமா: ஏன்? நம்ம சாதியில நல்ல பொண்ணுங்களே இல்லையா?

ரோகித்: *(கைகுவித்து)* அம்மா தாயே, தயவு செஞ்சி எதையும் ஆரம்பிச்சி வச்சிடாதே. போதும்போதும்னாய்டுச்சி எனக்கு.

ஹேமா: ம், பார்த்தோமே, நல்ல மெலோட்ராமா.

ரோகித்: அப்படின்னா, நீங்க எல்லாத்தயும் உள்ளேயிருந்து கேட்டிங்களா?

ஹேமா: அவுங்க கார பார்த்தோம். பின்கட்டு வழியா உள்ளே வந்துட்டோம்.

ரோகித்: கொஞ்சம் வெளியே வந்து எனக்கு உதவியிருக்கக் கூடாதா?

ஹேமா: தேங்க்ஸ் சொல்லணும் நீ. நாங்களும் வந்திருந்தா, இங்கயே உக்காந்திட்டிருப்பாங்க. தாளம், மத்தளம் எல்லாம் மறுபடியும் ஆரம்பிச்சிருக்கும். *Replay.*

(சில பார்சல்களை எடுத்துக்கொண்டு உள்ளே செல்கிறாள். விதுலா இவையனைத்தையும் தொலைவிலிருந்து சற்றே அலுப்போடு பார்த்துக்கொண்டிருக்கிறாள்.)

விதுலா: *இதெல்லாம் உனக்கு ரொம்ப sense of power ஐ உண்டாக்கியிருக்கும் இல்லையா? அந்தப் பொண்ணு உன் சம்மதத்துக்காக காத்திருப்பது – அவளுடைய அம்மாவும் அப்பாவும் உன் காலில் விழுவது – கெஞ்சுவது! ம்?*

ரோகித்: *(கோபத்தோடு)* நான் அவுங்களைக் கூப்பிடலை. நீங்கதான் வான்னு கூப்பிட்டிருக்கிங்க. எனக்கு இதுல எந்தப் பங்குமில்லை.

விதுலா: *Nonsense.* அப்படின்னா, உனக்கு ஒரு கிறிஸ்டியன் தோழி இருக்கிறாள்ங்கற விஷயத்தை அவுங்களிடம் ஏன் சொல்லலை? அவுங்ககிட்டயே, உனக்கும் இஸபெல்லுக்கும் *engagement announcement* ஒன்னுதான் பாக்கியா இருக்குதுன்னு சொல்லவேண்டியதுதானே?

ரோகித்: என் தனிப்பட்ட விஷயங்களைப் பற்றி அவுங்களுக்கு ஏன் நான் சொல்லணும்?

விதுலா: அண்ணா, ஏனென்றால், நீ இஸபெல் பேரை எடுத்திருந்தா, இந்த நாடகம் ஆரம்பத்திலேயே முடிஞ்சி போயிருக்கும். ஆனா அது உனக்குத் தேவையில்லை. நீ இந்த *grand stand* எல்லாத்தயும் உள்ளூர ரசிச்சிட்டிருக்கே. *Replay* ஆயிருந்தா இன்னும் சந்தோஷமா இருந்திருக்கும்!

ரோகித்: *(சத்தமாக)* போதும் நிறுத்து.

அம்மா: *(வந்துகொண்டே)* என்னடா, நீ கோவிந்தராயருடைய வீட்டுக்குப் போகவே இல்லையாமே. தங்கையுடைய கல்யாணத்துக்காக இந்த ஒரு சின்ன வேலையைக்கூட உன்னால செய்யமுடியலையா?

(ரோகித் தலையில் அடித்துக்கொள்கிறான்.)

இப்ப, அந்த கோவிந்தராயருக்கு இன்னொரு ஆயுதம் கிடைச்சமாதிரி ஆயிட்டுது...

ஹேமா: *(பார்சலை எடுத்தபடி)* அவன் ஒரு கிறிஸ்துவ பொண்ணோடு சுத்தறதபத்தி உங்க யாருக்கும் எதுவுமே தோணலையா?

ரோகித்: இதுதான் ஆஸ்திரேலியாவிலிருந்து தெரிஞ்சிட்டு வந்திருக்கிற விஷயமா? ஹேமாக்கா, இது இருபத்தொன்னாம் நூற்றாண்டு. எந்த காலத்துல இருக்கிறே நீ?

ஹேமா: இருபத்தொன்னாம் நூற்றாண்டுல இருக்கிற நீங்க, பாவம், இந்த விதுலாவை எதுக்காக இப்படி கட்டாயத்துக்குள்ளாக்கணும்?

அம்மா: இந்து பொண்ணா இருந்தா என்ன, கிறிஸ்துவப் பொண்ணா இருந்தா என்ன? இந்தக் காலத்துல என்ன வித்தியாசம் இருக்குது? அந்த வித்யா, அந்த சாரிகா எல்லாரயும் பாருங்களேன். தொப்புள் தெரியறமாதிரி துணிகட்டிக்கொண்டு நடமாடிட்டிருக்காங்க. ஆம்பளைப்புள்ளைங்க பரவாயில்லை, கழுத்துவரைக்கும் ஒழுங்கா பட்டனாச்சிம் போட்டிருக்காங்க.

அப்பா: Naturally. ஆம்பளைங்களுக்கு மார்புல முடி வளர்ந்திருக்குதில்லையா, வெட்கமா இருக்கும்.

(அப்பாவைத் தவிர எல்லாரும் சிரிக்கிறார்கள்.)

கிரீஷ் கார்னாட்

காட்சி: நான்கு

கூடம். புத்தகத்தாங்கியின் மேலிருந்து புத்தகங்களை எடுத்துப் பார்த்துவிட்டு, மீண்டும் வைக்கிறான் விவான். யாரையோ எதிர்பார்ப்பதுபோல காணப்படுகிறான். வெளியே ஆட்டோ ரிக்ஷா வந்து நிற்கும் சத்தம். பார்க்கிறான். முகம் மலர்கிறது. வேகவேகமாக ஒரு புத்தகத்தை எடுத்துப் பிரித்துவைத்துக்கொண்டு, அதிலேயே மூழ்கியிருப்பதுபோல நடிக்கிறான். ஹேமா வேகவேகமாக வருகிறாள். பதற்றத்தோடு காணப்படுகிறாள். உள்பக்கமாக ஓடிச் சென்றுவிடவேண்டும் என நினைத்தவள் விவானைப் பார்க்கிறாள்.

ஹேமா: நீயா?

விவான்: நேற்றே புத்தகத்தை படிச்சி முடிச்சிட்டேன். உள்ளே வச்சிருக்கேன்.

ஹேமா: சரி, உனக்கு வேணுங்கற புத்தகத்தை எடுத்துட்டுப் போ. வீட்டுல இப்ப அவசரம் அவசரமான சில வேலைகள் –

(தன் கையிலிருந்த பைக்குள்ளிருந்து கோப்பு ஒன்றை வெளியே எடுத்து)

ரோஹித், விதுலா –

(விவான் இன்னும் நின்றிருப்பதைக் கவனித்து)

விவான், ஸாரி, அப்புறமா வா. இப்ப நேரம் இல்லை.

விவான்: *(சட்டைப்பையிலிருந்து ஒரு கடிதத்தை எடுத்து)* இன்னொரு கடிதம் கொண்டுவந்திருக்கேன்.

திருமண ஆல்பம்

ஹேமா: சீ, எனக்கு அது வேணாம்.

விவான்: நான் இங்கயே வச்சிட்டுப் போறேன்.

ஹேமா: இந்த அறிவுகெட்ட வேலையை நிறுத்து விவான், எனக்கு உன் வயசில பிள்ளைங்க இருக்காங்க...

விவான்: வேணுங்கறவங்க கைக்குப் போய்ச் சேரட்டுமே அது.

(மேசையின்மீது வைக்கிறான். ஹேமா அதை வேகமாக எடுத்துக்கொள்கிறாள்.)

ஹேமா: உன்னை என்ன செய்யறது? யாராச்சிம் படிச்சா...

விவான்: படிக்கட்டுமே. அதில எழுதியிருக்கிறதெல்லாம் உண்மை. ஒவ்வொரு வார்த்தையும் உண்மை.

ஹேமா: அசிங்கம். அசிங்கம். பேசறதுக்கு இப்ப எனக்கு நேரம் இல்லை. இந்த வேலையையெல்லாம் நிறுத்தப்போறியா, இல்ல உங்க அம்மாவிடம் சொல்லட்டுமா?

விவான்: சொல்லிக்கோ. நான் உன்னைக் காதலிக்கிறேன். *I love you.* எனக்கு என்ன தோனுதுன்னு சொல்லட்டுமா? உன்னைக் கட்டித் தழுவி, உன் கழுத்துல முத்தமிட்டு—

(ஹேமா அவனுடைய கன்னத்தில் அறைகிறாள். ஆனால் வலிக்கிறமாதிரியான அடி அல்ல. தன் இயலாமையின் முன்னால் தானே தோற்றுக் கொடுத்த அடி அது. தன்னுடைய செய்கையை நினைத்து அஞ்சி, கையை விலக்கிக்கொள்கிறாள்.)

ஹேமா: அசிங்கமான பேச்சு— சீச்சீ—

விவான்: அடி, இன்னும் அடி. உன் கை தொடுகையே சொர்க்கம். நீ வந்த அன்று, உன்னைப் பார்த்த கணத்திலிருந்து, உன் மீது பைத்தியமா இருக்கிறேன் ...

(சட்டைப் பையிலிருந்து இன்னொரு கடிதத்தை எடுக்கிறான். ஹேமா அதைப் பற்றியிழுத்து ...)

ஹேமா: ஐயோ, எனக்கு வேறு வேலையே இல்லைன்னு நினைச்சிக்கிட்டியா? உன்னைக் கெஞ்சிக் கேட்டுக்கறேன், போ, போயிடு ...!

விவான்: இந்தப் புத்தகத்தைப் படிச்சிட்டு நாளைக்குத் திருப்பிக் கொடுக்கலாம் இல்லையா?

(ஹேமா அவனை வெளியே தள்ளுகிறாள். அவன் மிகவும் தோரணையோடு வெளியே செல்கிறான். ஹேமா இரண்டு கடிதங்கள்மீதும் பார்வையைப் படரவிடுகிறாள். வெட்கத்தில் அவள் முகம் சிவக்கிறது. ஆனாலும் மகிழ்ச்சியூட்டும் உணர்வைப் பெற்றவள்போல புன்னகைக்கிறாள். பிறகு, சட்டென ஏதோ ஒரு முக்கியமான வேலையைப் பற்றிய ஞாபகம் வந்ததைப்போல அந்தக் கடிதங்களை மடித்துத் தன் மேலாடைக்குள் மறைத்துவைத்துக்கொள்கிறாள். அழைக்கிறாள்.)

ரோகித்– விதூ –

விதுலா: *(உள்ளிருந்தபடியே)* என்ன ஹேமாக்கா?

ஹேமா: ரோகித் எங்கே?

விதுலா: *(உள்ளிருந்தபடியே)* படுத்துட்டிருக்கான்.

ஹேமா: தூங்கறத தவிர அவனுக்கு வேறு வேலையே இல்லையா என்ன? எழுப்பு அவனை. கூப்பிடு.

விதுலா: *(வெளியே வந்தபடி)* ஏதாவது அவசரமான வேலை இருந்தால் மட்டுமே எழுப்புன்னு சொல்லியிருக்கான் ஹேமாக்கா.

ஹேமா: எழுப்புடி அவனை! சீக்கிரமா முகத்தைக் கழுவிட்டு வான்னு சொல்.

விதுலா: *(கூப்பிடுகிறாள்)* அண்ணா – அண்ணா – *(ஹேமாவைப் பார்த்து)* இப்ப என்ன விஷயம்?

ஹேமா: *(சத்தமாக)* ராதாபாய், டீ போட்டுட்டியா? மூணு கப்.

(விதுலாவிடம்) நாசமா போச்சி. வேற என்ன ஆவணும்? அம்மாவையும் கூப்பிடு. அம்மா – அம்மா – வேணாம், இப்ப வேணாம். அப்புறமா சொல்லிக்கலாம். எங்கே போயிருக்காங்க?

விதுலா: வேற எங்க போவாங்க? சாமான் ரூம்லதான் இருப்பாங்க

ரோகித்: *(உள்ளே வந்தபடி)* என்னாச்சி? எதுக்காக இந்தச் சத்தம்?

ஹேமா: இங்க பாரு.

(கோப்பிலிருந்து ஒரு சர்டிபிகேட்டை எடுத்து ரோகித்திடம் கொடுக்கிறாள். ரோகித்தின் தோள்பக்கமாகச் சாய்ந்து நின்றபடி குனிந்து படிக்கிறாள் விதுலா.)

விதுலா: ஓ! கிடைச்சிட்டுதா?

கிரிஷ் கார்னாட்

ஹேமா: அப்ளை பண்ற சமயத்துல உன் கூட நானும் இருந்தேனில்லையா? அந்த அலுவலகத்தைக் கண்டு பிடிச்சேன். கொடுத்துட்டான். ரோகித், கொஞ்சம் பாரு...

விதுலா: ஒருவழியா கொடுத்தானே.

அம்மா: *(உள்ளிருந்தபடியே)* என்னாச்சி ஹேமா? இதோ, இந்த கீரையை அடுப்புல வச்சிட்டு வரேன்.

ஹேமா: சரி சரி, நானே கூப்பிடறேன்.

ரோகித்: *(சர்டிபிகேட்டை வாங்கிப் படித்துவிட்டு அதிர்ச்சியடைந்தவனாக)* ஆனால்– ஆனால்–

(இயலாமையை வெளிப்படுத்துவளைப்போல ஹேமா தோளை அசைக்கிறாள்.)

விதுலா: என்னாச்சி? எல்லாம் சரியா இருக்குதில்லையா?

ராதாபாய்: *(உள்ளிருந்தபடியே)* நான் பார்த்துக்கறேன் அம்மா. இந்த துவரம்பயிறு ஒரு கொதி வரட்டும். அப்புறமா கீரையை எடுத்துக்கறேன். நீங்க போங்க. கூப்பிடறாங்க பாருங்க.

(சர்டிபிகேட்டில் உள்ள ஒரு வரியை விதுலாவுக்கு விரலால் சுட்டிக்காட்டுகிறான் ரோகித். விதுலா புரியாமல்–)

விதுலா: ஆனால்? –இது எப்படி?

ரோகித்: அதுதான்!

அம்மா: *(வந்துகொண்டே)* என்ன ஹேமா?

ஹேமா: ஒரு பிரச்சினை.

அம்மா: *(சிரித்தபடியே)* இன்னொன்னா? அவ்வளவுதானே?

ஹேமா: இது விதுலாவுடைய பர்த் சர்டிபிகேட். கொஞ்சம் பாரு.

அம்மா: கண்ணாடியை எங்கேயோ வச்சிட்டு வந்துட்டேன்.

விதுலா: உங்க மூக்குமேலயே இருக்குது.

அம்மா: ஓ! வரவர ஞாபகமே இருக்கமாட்டுது.

ஹேமா: *(பொறுமையாக)* விதுலாவுடைய பர்த் சர்டிபிகேட்டில எல்லா விவரங்களையும் சரியா எழுதியிருக்காங்க. ஆனா அப்பாவுடைய பெயர் – Father's name – காணோம்.

(சற்று நிறுத்தி)

அப்பா பெயர் இல்லை...

(சில கணங்களுக்குப் பிறகு)

ராமதாஸ் நாடகர்ணின்னு எழுதியிருக்குது. அது சித்தப்பாவுடைய பெயர்!

அம்மா: *(ஒன்றும் புரியாதவளாக)* அது எப்படி? அந்தமாதிரி எப்படி வரமுடியும்?

ஹேமா: எப்படியோ என்னமோ. அந்தமாதிரி இருப்பதுமட்டும் உண்மை. அப்பாவுடைய பெயர் இருந்திருக்கணும். அதுக்குப் பதிலா சித்தப்பாவுடைய பெயர் இருக்குது.

அம்மா: *(விதுலாவிடம்)* அது எப்படி தப்பாகமுடியும்? நீ விண்ணப்பம் கொடுக்கிற சமயத்துல சரியான விவரங்களை எழுதிக் கொடுத்தியா?

கிரீஷ் கார்னாட்

விதுலா: ஏன் அம்மா? அந்த அளவுக்குக் கூடவா எனக்கு விவரம் தெரியாது?

ரோகித்: இதுல அவளுடைய தப்பு எதுவுமில்லை, அம்மா, விதுலா பிறந்த சமயத்துல அவளுடைய பிறப்புவிவரங்களைப் பதிவு செய்ய யார் போனாங்க?

அம்மா: *(அதைக் கவனிக்காமலேயே)* அந்த அலுவலகத்துல நீ சரியா விசாரிச்சியா? எல்லாரும் சோம்பேறித் திருடனுங்க. கொஞ்சம்கூட பொறுப்பே இல்லாம செஞ்சிருப்பானுங்களோ என்னமோ? லஞ்சம் வேணுமின்னு செஞ்சாலும் செஞ்சிருப்பானுங்களோ என்னமோ? அந்த முனிசிப்பாலிட்டின்னு சொன்னாலேயே–

ஹேமா: இல்லை அம்மா. அவன் மூல பிறப்புப் பதிவுத்தாளையே காட்டினான். அதிலேயும் ராமதாஸ் என்றுதான் எழுதியிருந்தது.

விதுலா: அப்படின்னா, இந்தத் தப்பு அப்பவே நடந்திட்டுதா?

ஹேமா: *(ரோகித்தின் பக்கம் பொருள்பொதிந்த ஒரு பார்வையைப் படரவிட்டு)* தப்பு!

விதுலா: என்னுடைய பிறப்பைப் பதிவுசெய்ய யார் போனாங்க?

ஹேமா: ராமதாஸ் சித்தப்பா. அவருடைய கையெழுத்து அதிலே இருந்தது.

(ஆழ்ந்த மௌனம். உட்கார்ந்த இடத்திலிருந்து அம்மா அவசரமாக எழ முயற்சி செய்கிறாள். சுற்றுமுற்றும் பார்க்கிறாள். பேச்சே எழவில்லை. தலையைப் பிடித்தபடி உட்கார்ந்துவிடுகிறாள்.

தேநீர்க்கோப்பைகள் வைக்கப்பட்ட தட்டை எடுத்துக் கொண்டு வருகிறாள் ராதாபாய். அதை மேசையின்மீது வைத்துவிட்டுச் சமையலறைக்குத் திரும்பிக் கதவைப் பிடித்துக் கொண்டு நிற்கிறாள்.)

அம்மா: *(தனக்குத்தானே)* சீச்சீ ...

(ஹேமா எழுந்து சென்று அம்மாவை அமைதிப்படுத்த வேண்டும் என்று நினைத்த வேளையில், விதுலா ஓடிச்சென்று அம்மாவைக் கட்டிப்பிடித்துக் கொள்கிறாள். உடனே ஹேமா பின்வாங்கி நின்றுவிடுகிறாள். சட்டென எதையோ புரிந்து கொண்டதைப் போல அம்மா வேகமாக...)

ஐயோ! சிவ சிவ!

விதுலா: என்னாச்சி அம்மா?

அம்மா: இந்த விஷயத்தில கைப்பிசகா எழுதறதுக்கு சாத்தியமே இல்லை. தெரிஞ்சே செஞ்சிருக்காரு. என்னைக்காவது ஒரு நாள், பர்த் சர்டிபிகேட் தேவைப்படும்ங்கற விஷயம் அவருக்குத் தெரிஞ்சிருக்கலாம். அந்தச் சமயத்துல எல்லாருடைய கண்ணுலயும் படட்டும்ங்கற நோக்கத்தோடுதான் செஞ்சிருக்காரு. எந்த அளவுக்கு மட்டமா நடந்திருக்காரு பாரு. அண்ணன்காரன் வேதனைப்படணும், என் முகத்துல கரியப் பூசி அசிங்கப்படுத்தணும்ங்கற நோக்கத்தோடுதான் செஞ்சிருக்காரு. இந்த மோசடியைப் பற்றி என்ன சொல்வது? சீ, கழிசடையையெல்லாம் பக்கத்துலயே வச்சிக்கிட்டோம் பாரு!

(பொங்கிப்பொங்கி வரும் துக்கத்தால் அவள் தவிக்கிறாள்)

ரோகித்: அப்பாவுக்குத் தெரியவேண்டாம்.

ஹேமா: அப்படின்னா?

ரோகித்: அப்பா பேர்ல நானே கையெழுத்துப் போட்டுடறேன். நான் செய்றதெல்லாம் எப்பவும் அப்படித்தான்...

ஹேமா: அப்புறம் பப்ளிக் நோடரி முன்னால கையெழுத்து போடவேணாமா?

(ரோகித் பொருள்பொதிந்த புன்னகையைப் புரிகிறான்.)

அப்படின்னா? ஃபோர்ஜரி – லஞ்சம்? அதெல்லாம் கிரிமினல் குற்றங்கள் அல்லவா?

ரோகித்: நான் குளிக்கணும்.

(புறப்பட்டுச் சென்றபடியே)

இது இந்தியா, ஆஸ்திரேலியா கிடையாது. ஒவ்வொரு விஷயத்துக்கும் ஏதாவது ஒரு தீர்வு இங்கே கண்டிப்பா இருக்கும்.

(உள்ளே செல்கிறான். மௌனம். அம்மா கண்ணைமூடிக் கொண்டு படுத்திருக்கிறாள். ஹேமாவும் விதுலாவும் என்ன பேசுவது என்றே புரியாமல் அமைதியாக உட்கார்ந்திருக்கிறார்கள்.)

ராதாபாய்: அம்மா –

ஹேமா: படுத்திருக்கட்டும் விடு. தொந்தரவு செய்யவேணாம்.

ராதாபாய்: பகல்நேரத்தில அம்மா இப்படி படுத்திருப்பதை நான் பார்த்ததே இல்லை. நடமாடிக்கொண்டே இருக்கக்கூடிய

ஆள் அவுங்க. கன்னத்துல கை வச்சிக்கிட்டு சோர்ந்துபோய் உட்காரக்கூடிய ஆள் கிடையாது.

ஹேமா: இருக்கட்டும் விடு . . .

ராதாபாய்: உடம்பு சரியில்லைன்னு படுத்திருந்தா சரிதான் ஹேமா, நான் எதுவும் சொல்லலை. ஆனால் மனசு சரியில்லைன்னு படுத்திருந்தா . . .? துக்கம் அதிகரிச்சிகிட்டேதான் போவும். எங்க மாமா எப்பவும் சொல்லிக்கிட்டே இருப்பாங்க . . .

விதுலா: இந்த நேரத்துல உன் மாமா புராணம் படிக்க வேணாம் ராதாபாய்.

ராதாபாய்: அது சரி, நாளைக்கு மறுநாள் சம்பந்தி வீட்டுக்காரங்க விருந்துக்கு வராங்களே, என்ன செய்யறது?

விதுலா: யாரு வராங்க?

ஹேமா: கோவிந்தராவ், அஷ்வினுடைய தாய்மாமா. அவர்கூடவே உஷா.

விதுலா: எனக்குத் தெரியவே தெரியாது. யாரும் எங்கிட்ட சொல்றதும் இல்லை. கல்யாணம் எனக்குத்தானா, இல்லை வேறு யாருக்கோவான்னு தோண ஆரம்பிச்சிட்டுது எனக்கு.

ஹேமா: ரெண்டுமூணு நாள் முன்னால ரோகித் வருவான்னு எதிர்பார்த்துக் காத்திருந்து பார்த்துட்டு, வராததால கோவிந்தராவ் கோபத்துல இருக்காருன்னு கேள்விப்பட்டேன். கொஞ்ச நேரம் பேசி அதைக் கொஞ்சம் தணியவைக்கலாம்னுதான் சாப்பாட்டுக்குக் கூப்பிட்டேன்.

விதுலா: கல்யாணம்ன்னா இவ்வளவு பிரச்சினைகள் இருக்கும்ன்னு தெரிஞ்சிருந்தா –

ஹேமா: எல்லா கல்யாணத்துலயும் ஏதாவது ஒன்னு இருக்கத்தான் செய்யும் விடு. அஷ்வினுக்குத் தாய்மாமா கோவிந்தராவ். இதுவாவது பரவாயில்லை. என் கல்யாண சமயத்துல என் மாமனாரே பிரச்சினைக்குக் காரணமாயிட்டாரு. சந்திரகாந்த் ஏன் வரதட்சணை வாங்கக்கூடாது? அவன் படிப்புக்காகச் செலவுசெஞ்ச தொகையை யாரு திருப்பிக் கொடுப்பாங்க? இப்பிடியெல்லாம் கேட்டாரு. ஆனா, சந்திரகாந்த் படிக்கிற காலம் முழுக்க ஸ்காலர்ஷிப்லேயே படிச்சாரு. ஒரு பைசா கூட அப்பா கொடுத்ததில்லை.

(சற்றே நிறுத்தி, அடங்கிய குரலில்)

தன்னுடைய அப்பாவோடு சந்திரகாந்த் வாதாடிக்கிட்டிருந்த சமயத்துல, அப்பா கொஞ்சம் முன்வந்து உதவி செஞ்சிருக்கலாம். ஆனால், அப்பாவுக்கும் அதுதான் தேவையா இருந்தது ...

ராதாபாய்: ஹேமா, விருந்தாளிகள் வர சமயத்துல என்னென்ன சமைக்கணும்ன்னு அம்மா சொல்லிட்டாங்கன்னா –

ஹேமா: என்ன செய்யணும்ன்னு உனக்குத் தோணுதோ, அதைச் செய். நான் அம்மாகிட்ட சொல்லிக்கறேன்.

ஹேமா: *பாசிப்பயிறு சட்டினி பண்ணட்டுமா?*

ஹேமா: *சரி சரி*

ராதாபாய்: அப்படின்னா பாசிப்பயிற எடுத்து இப்பவே ஊறவச்சிடறேன். நெருக்கத்தில ஊறவச்சா முளைவிடறதே இல்லை. சம்பந்த வீட்டுக்காரங்களுக்குச் சாப்பாடு சரியா இருக்கணும் இல்லையா? ரெண்டுமூணு நாள் முன்னால இங்க உஷா வந்திருந்தா. தனக்கு மீன் ரொம்ப புடிக்கும்னு சொன்னா, ஆனால் அவுங்க வீட்டுல அசைவம் சமைக்கறதில்லையாம்.

ஹேமா: அப்படின்னா வஞ்சிரம் மீன் வாங்கிக் குழம்பு வச்சிடு...

ராதாபாய்: என்ன இனிப்பு செய்யறது? மீன் குழம்போடு சாப்பிட எந்த இனிப்பு பொருத்தமா இருக்கும் சொல்லுங்க? இந்த பொருத்தமெல்லாம் எனக்குப் புரியவே புரியாது...

அம்மா: *(எழுந்தபடி)* ரெண்டு நிமிஷம் நிம்மதியா கெடக்கலாம்னு நெனச்சா இவகிட்ட நடக்கவே நடக்காது...

ராதாபாய்: எனக்கு மீன் குழம்பு வைக்கத் தெரியாதும்மா. அந்த வாசனையை என் மூக்கால தாங்கிக்கவே முடியாது.

அம்மா: சரி சரி. எல்லாம் தெரியும், உன் பிராமண ஆச்சாரம்? ஏழு வருஷம் ஆயிட்டுது. இன்னும் உங்க அம்மா வீட்டு ஆச்சாரத்தைப்பற்றி தெரிஞ்சிக்கலைன்னு நெனச்சிட்டுருக்கியா நீ? மீன் குழம்பு விஷயத்தையெல்லாம் நான் பார்த்துக்கறேன்.

ராதாபாய்: அது சரி ஹேமா, அவுங்க ரெண்டுபேரும் மீன் சாப்பிடுவாங்களா? உஷா அப்பா? ஒருவேள, அவுங்க அசைவம் சாப்பிடாதவங்களா இருந்தா என்ன செய்யறது? பாசிப்பயிறு கூட்டும் வச்சிட்டா போவுது.

அம்மா: அறுபது வயசு ஆனாலும்கூட, உப்பு அளவைக் கூட உன்னால தெரிஞ்சிக்க முடியலை. கொஞ்சம் வாயில போட்டு ருசி பார்த்துச் சொல்லுடின்னு எத்தனை தரம் சொல்லியிருப்பேன் – ஒருதரம் கூட நீ சொன்ன பேச்ச கேட்டதே இல்லை.

ராதாபாய்: அதெல்லாம் எனக்குத் தெரியாது அம்மா. விரல்கணக்கு போதாதா என்ன? நாக்குடைய சாட்சி வேற வேணுமா?

(விவாதித்துக்கொண்டே இருவரும் சமையலறையைவிட்டுச் சென்றுவிடுகிறார்கள்.)

ஹேமா: நீ எதுக்கு இப்ப இப்பிடி சோர்ந்துபோய் உக்கார்ந்திருக்கே?

விதுலா: *I feel so dirty. Polluted.*

ஹேமா: அடடா! அந்த அளவுக்கு இப்ப என்ன நடந்துட்டுது?

விதுலா: ராமதாஸ் சித்தப்பா ஏன் இப்படி செய்தார்? எதுக்காக? இந்த அளவுக்கு அடிமட்டமான வேலை. இந்த தந்திரம். எதுக்காக செஞ்சிருப்பாரு?

ஹேமா: எதுக்காகவாவது செஞ்சிருக்கட்டும். அதுக்காக நீ ஏன் இப்ப கடுகடுப்பா இருக்கிறாய்?

விதுலா: ஆனால், அவரைப்பற்றிப் பேசும்போது நம்ம அப்பா எவ்வளவு பாசத்தோடு பேசறாரு? ராமதாஸ் – ராமதாஸ் –

ஹேமா: அதெல்லாம் ராமதாஸ் சித்தப்பா செத்ததுக்கு அப்புறமா. உயிரோட இருக்கும்போது ரெண்டுபேரும் எப்படி

இருந்தாங்களோ யாருக்குத் தெரியும்? சரி போவட்டும் விடு, நமக்கு எதுக்கு அதெல்லாம்?

விதுலா: உனக்கு என்ன தோணுது? அதாவது –

(தடுமாறுகிறாள்.)

ஹேமா: எதைப்பற்றி?

விதுலா: ஒன்னுமில்லை. அதாவது, அம்மா மேல அவருக்கு ஒரு கண்ணு இருந்திருக்குமோ? உனக்கு என்ன தோணுது?

ஹேமா: இருந்திருக்கலாம். அம்மா ரொம்ப அழகா இருந்தா. அவருக்கும் ஒரு ஈடுபாடு உண்டாகியிருக்கலாம்.

விதுலா: ஆனால், அதைப்பற்றி உனக்கு 'ஒரு மாதிரியா' தோணவே இல்லையா? ராமதாஸ் சித்தப்பா நம்ம வீட்டிலேயே இருந்தது – அம்மா மீது – அதையெல்லாம் ஒன்னுகூட்டிப் பார்க்கும்போது – ஒரு மாதிரியான – சங்கடமா எதுவும் உனக்கு தோணுவதில்லையா?

ஹேமா: என் கல்யாண சமயத்துல – ஹோமம் நடந்திட்டிருந்தது. தற்செயலா நான் என் மாமனார் பக்கம் பார்த்தேன். என்னையே உற்று உற்றுப் பார்த்திட்டிருந்தார். அந்தப் பார்வை, ஒரு ஆணுடைய பார்வை! சந்திரகாந்தோடு ஆஸ்திரேலியா போயிட்டதால, எப்படியோ தப்பிச்சிட்டேன்னு தோணியது.

விதுலா: *(குழப்பத்தோடு)* என்னமோ! போதும் போதும்னு தோணுது!

ஹேமா: நீ எதுவும் செய்யவேணாம். நானும் ரோகித்தும் எல்லாத்தயும் பார்த்துக்கறோம்.

(ராதாபாய் சமையலறை வாசலை நோக்கி வருகிறாள். கையில் இரண்டுமூன்று பூண்டுகள்.)

ராதாபாய்: இப்ப பாருங்க, அம்மா எழுந்து நடமாட ஆரம்பிச்சிடுவாங்க. எல்லாம் சரியா போயிடும்.

(கையிலிருந்த பூண்டுகளில் உரிப்பதற்காக ஒன்றை எடுத்தபடி செல்கிறாள்.)

ஹேமா: என்னால இந்த ராதாபாயைப் புரிஞ்சிக்கவே முடியலை. இப்ப பாரு, அம்மா மேல எவ்வளவு அக்கறை. எவ்வளவு பாசம். இதுக்கும் அவள் சத்தம் போடறதுக்கும் சண்டை போடறதுக்கும் ஒரு–

விதுலா: எல்லாம் டெலிவிஷன் செய்யற வேலை.

ஹேமா: *Don't be ridiculous!* டெலிவிஷன் பார்க்கறதால என்ன ஆயிடுது இப்ப?

விதுலா: அம்மா உன்கிட்ட என்ன சொன்னா?

ஹேமா: நான் கேட்ட கேள்விக்கு என்னைக்காவது அம்மா நேருக்கு நேரா பதில் சொல்லியிருக்காங்களா? என்ன டெலிவிஷன் – கிலிவிஷன், என்ன கதை?

விதுலா: ஒருநாள் சாயங்காலம், அம்மாவும் ராதாபாயும் டெலிவிஷன் பார்த்துட்டே உக்கார்ந்திருந்தாங்களாம். ஏதோ ஒரு மெகா சீரியல். அதுல ஒரு காட்சி. புள்ளையுடைய

உயிர காப்பாத்தறதுக்காக ஒரு அம்மா தன்னுடைய உயிரைத் தியாகம் செய்யறமாதிரியா என்னமோ *melodrama.* அதைப் பார்த்ததுமே ராதாபாய் டெலிவிஷனைச் சட்டுனு நிறுத்திட்டு, எழுந்து நின்னு யாரையோ சத்தம் போட்டுத் திட்ட ஆரம்பிச்சிட்டாளாம். "எதுக்காக இந்த அயோக்கியப்பசங்க எல்லாரும் என் பின்னாலயே அலையறானுங்க? என் போக்குல ஏன் விடறதில்லை,"ன்னு திட்டினாளாம். யாரைத் திட்டறாள்னு புரியலை. ஆனால் கெட்ட கெட்ட வசை வார்த்தைகள். ராதாபாய் அந்தமாதிரி பேசறதைக் கேட்டு அம்மா அதிர்ச்சியடைஞ்சிட்டாளாம்.

ஹேமா: அப்படியா?

விதுலா: ஆனால், என்ன செஞ்சாலும் ராதாபாய் நிறுத்தறமாதிரியே இல்லை. கடைசியா அம்மா அவளுக்கு காம்போஸ் கொடுத்து தூங்கவச்சிட்டாங்க. அடுத்த நாள், அம்மாகிட்ட தன்னுடைய கதையைச் சொன்னாளாம். *(சற்று நிறுத்தி)* ராதாபாய்க்கு ஒரு பொண்ணு இருந்தாளாம்...

ஹேமா: ராதாபாய்க்கா? எனக்குத் தெரியவே தெரியாது.

விதுலா: ம். சாவித்திரி. கிராமத்துல வீட்டுல வறுமைங்கறதால கிராமத்தைவிட்டு பெங்களூருக்கு வந்து வேலை பார்த்தாளாம். மாதாமாதம் பணம் அனுப்பிட்டிருந்தாளாம். அப்புறம் ஏதோ ஒரு காலத்துல ராதாபாயும் விதவையாயிட்டா. அவளும் இங்கயே வந்துட்டா. மல்லேஸ்வரத்துல யாரோ ஒருத்தவங்க வீட்டுல சமையல் வேலை கிடைச்சி சேர்ந்துட்டாளாம்.

ராதாபாய் பெங்களூருக்கு வந்த மறுநாளே, ஒரு பையன் வந்தானாம். அவளை அவளுடைய மகள் இருக்கிற இடத்துக்கு அழச்சிட்டுப் போனானாம். மகள் வீடு சிக்கபேட்டையில இருந்ததாம். யாரோ ஒரு சேட்ஜி அவளை வச்சிக்கிட்டிருந்தானாம்.

ஹேமா: என்னடி இது? என்னமோ கதையில வரமாதிரி இருக்குது?

விதுலா: அந்த சேட்ஜி அவளை நல்லமுறையிலேயே பார்த்துக்கிட்டானாம். தனிவீடாவே பார்த்து வச்சிருந்தானாம். அப்புறம் அம்மாவும் பொண்ணும் அடிக்கடி பார்த்துக்குவாங்களாம். எல்லாமே பொண்ணு வீட்டுலதான். பொண்ணை தன்னுடைய வீட்டுக்கு வான்னு ராதாபாய் கூப்பிட்டதே இல்லையாம். தன்னுடைய வீட்டு ஓனருக்கு விஷயம் தெரியாம இருக்கட்டும்ன்னு. எல்லாமே ரகசியமா போயிட்டிருந்தது.

(நிறுத்தி, விறுவிறுப்பை அதிகரிப்பதுபோல)

ஒரு ரெண்டு வருஷம் இப்படியே போயிட்டிருந்தது. ஒரு நாள், திடீர்னு பொண்ணுக்கிட்டேருந்து போன் வருவதே நின்னு போயிட்டுது. பொறுத்துப் பொறுத்துப் பாத்துட்டு, கடைசியா ஒருநாள் ராதாபாயே கௌம்பி பொண்ணு வீட்டுக்குப் போனாளாம். அங்க போனா வீடு காலி. கதவுல பூட்டு. அக்கம்பக்கத்து வீட்டுக்காரங்ககிட்டே விசாரிச்சிப் பார்த்தாளாம். சேட்ஜி செத்துட்டானாம்– நெஞ்சுவலியோ என்னமோ – அவனுடைய குடும்பத்துக் காரங்க சாவித்திரியை வெளியே தள்ளிட்டாங்களாம்.

அதுக்கப்பறம் அவளுக்கு என்னாச்சின்னு யாருக்குமே தெரியலையாம்.

ஹேமா: ஐயோ, பாவம்! கேக்கும்போதே மனசுக்குக் கஷ்டமா இருக்குது. என்னதான் ஆச்சி அவளுக்கு?

விதுலா: சொல்றேன் இரு. *(நாடகத்தன்மையோடு)* ஒருநாள் ராதாபாய் மல்லேஸ்வரம் வீட்டுல, மொட்டைமாடிமேல என்னமோ வேலை செஞ்சிட்டிருந்தாளாம். அப்ப, தெருவுல என்னமோ பசங்க போடற சத்தம் கேட்டுச்சாம். என்னன்னு தெரிஞ்சிக்கறதுக்காக எட்டிப் பார்த்தாளாம்.

ஹேமா: என்னாச்சாம்? யாரு இருந்தாங்களாம் தெருவுல?

விதுலா: அவளுடைய பொண்ணு சாவித்திரி. புடவை கிழிஞ்சி, பரட்டை தலையோடு, உடம்பெல்லாம் அழுக்கோடு, பைத்தியமாயிட்டாளாம். தெரு பசங்க எல்லாரும் கல்லால அடிச்சிக்கிட்டே அவள் பின்னாலயே வந்தாங்களாம். அம்மா அம்மான்னு கூவிக்கிட்டே இருந்தாளாம் சாவித்திரி.

ஹேமா: ஐயோ பாவம்!

விதுலா: பொண்ணப் பார்த்ததுமே ராதாபாய் 'சாவித்திரி சாவித்திரி'ன்னு சத்தம் போட்டுக் கூப்பிட்டாளாம். ஆனால், அவளுக்குக் கேக்கவே இல்லை. ஏகப்பட்ட நடமாட்டம் வேற. எங்க பார்த்தாலும் ஒரே சத்தம். மொட்டைமாடியிலேருந்து இறங்கி வந்து, தெருவுக்கு ஓடியாந்தாளாம். தெருவுக்கு வந்து பார்க்கறதுக்குள்ள காணாம போயிட்டிருக்கா. பொண்ண பார்த்தது அதுதான் கடைசிமுறையாம்!

கிரீஷ் கார்னாட்

ஹேமா: *(கண்ணீரைத் துடைத்துக்கொண்டவளாக)* இத்தனை வருஷங்களுக்கப்புறம்கூட இந்தக் கதை எனக்குத் தெரியவே தெரியாது.

விதுலா: ராதாபாய்க்கே இந்தச் சம்பவம் மறந்துபோயிருக்கலாம். இல்லைன்னா, மனசுக்குள்ளயே ஒரு மூலையில ஒதுக்கி வச்சிட்டிருக்கலாம். அந்த சம்பவத்தையே மறந்துபோறதுக்கு முயற்சி செஞ்சிருக்கலாம். அந்த மெகா சீரியல் பார்த்துப்பாத்து, தோசையைத் திருப்பித்திருப்பிப்போட்டு எடுத்த தோசைக்கல்லாட்டம் மூளையே மழுங்கிப் போயிருக்குமோ என்னமோ. அன்னையிலிருந்து இப்படி சத்தம் போடுவது, வேகமா பேசறது எல்லாம் ஆரம்பிச்சிட்டுது...

ஹேமா: *(கண்ணீரைத் துடைத்தபடி)* எப்படிப்பட்ட பயங்கரமான கதை. நான் சம்யுக்தாவோடு கொஞ்சம் பேசணும்.

(கைப்பேசியில் எண்களை அழுத்தியபடி அறைக்குள்ளேயே வேறொரு பகுதிக்குச் செல்கிறாள். மேற்கண்ட சம்பவம் நடைபெற்றபோது ரோகித் வெளியே போயிருக்கிறான். குளித்து முடித்து, உடைமாற்றிக்கொண்டு, பெல்ட் போட்டு இறுக்கியவண்ணம் வருகிறான்.)

ரோகித்: உன் கதையால ஒரு பலன் கிடைச்சமாதிரி இருக்குது.

விதுலா: ஏன்? என்னாச்சி?

ரோகித்: பார்க்கறியே, தெரியலையா? ஹேமா அக்கா ஒருநாளும் தன்னுடைய பொண்ணைப் பற்றிப் பேசியதே இல்லை.

அவளுக்குப் போன் கூட செய்யறதில்லை. எப்ப பாரு, கேத்தன், கேத்தன்!

விதுலா: அப்படியா? நான் அதைக் கவனிச்சதே இல்லை.

ரோகித்: நீ எதைத்தான் கவனிச்சே போ. *(சத்தமாக)* அம்மா, ஸ்டாம்ப் பேப்பர் வாங்கியாறதுக்காக பேங்க்குக்குக் கௌம்பறேன். வேற ஏதாச்சிம் வேலையிருந்தா இப்பவே சொல்லிடு. அப்புறமா இன்னொரு தரம் அனுப்பாதே.

அம்மா: *(உள்ளிருந்தபடியே)* ஓ, நீ இன்னும் கௌம்பலையா? நல்லதா போச்சி. (வருகிறாள்) இப்ப போயி ஸ்டாம்ப் பேப்பர் வாங்கியாந்து, இங்க கையெழுத்து போட்டு, விண்ணப்பம் அனுப்பி – இன்னும் என்னென்ன வேலைகளோ! – ஏன்டா, இதுக்கெல்லாம் எத்தனை நாள்டா ஆவும்?

ரோகித்: கடவுளுக்குத்தான் தெரியும். அரசாங்கத்துடைய வேலை.

அம்மா: நான் கேக்கறது, அதெல்லாம் வேணுமான்னு.

ரோகித்: *(வியப்போடு)* எது வேணுமான்னு?

அம்மா: எல்லா விஷயங்களையும் நடந்தது நடந்ததாவே இருக்கட்டும்ன்னு நான் விட்டுட்டா?

விதுலா: அப்படின்னா என்னம்மா?

அம்மா: இங்க பாரு, இவருக்கு விஷயம் தெரிய வந்தா, நெஞ்சே வெடிச்சிடும். எல்லா வேலைகளையும் விட்டுட்டு இவனும் அலையணும். ஃபோர்ஜரி, லஞ்சம். எதுக்காக இதெல்லாம்? ஏதோ ஒரு முனிசிபாலிடி ஃபைல்ல இத்தனை வருஷம் விழுந்து

கெடந்ததில்லையா? அப்படியே, விழுந்து கெடக்கட்டுமே, இப்ப என்ன நடந்துடும்?

ரோகித்: அப்படின்னா, பர்த் சர்டிபிகேட்டில அப்பா பேருங்கற எடத்துல ராமதாஸ் சித்தப்பா பேரே இருந்துட்டு போவட்டும்ன்னு சொல்றியா?

விதுலா: அம்மா!

(ஹேமா வருகிறாள்.)

ஹேமா: என்னாச்சி இந்த சம்யுக்தாவுக்கு? இங்கேயிருந்து போன் போட்டா, ஒரு ரெண்டு வார்த்தைங்க கூட சரியா பேசறதில்லை. 'ஒன்னுமில்லை' 'நல்லா இருக்கேன்'னு முணுமுணுத்துட்டுப் பேச்ச முடிச்சிட்டா.

ரோகித்: நாம பாஸ்போர்ட் அத்தாரிட்டிஸ்காரங்களுக்குச் சரியான டீடெய்ல்ஸ் கொடுக்கணும் அம்மா.

அம்மா: பாஸ்போர்ட்டில அப்பா பேரயும் எழுதுவாங்களா?

ஹேமா: ஆமாம் – கண்டிப்பா எழுதுவாங்க.

அம்மா: ஓ – அப்படின்னா சரி... இந்த வேலையைக் கண்டிப்பா செஞ்சிதான் ஆவணும். அந்த பர்த் சர்டிபிகேட்ட இருக்கறமாதிரியே கொடுத்துட்டா என்னன்னு நெனச்சேன்.

விதுலா: *(கூசியவளாக)* ஐயோ, எனக்கு வேணாம், வேணாம். என்னால முடியவே முடியாது. என் பாஸ்போர்ட்ல அந்த அசிங்கம் –

அம்மா: இதையெல்லாம் அப்பா பார்வையில படாம வச்சிருக்கமுடியாதான்னு தோணிச்சி, அவ்வளவுதான். இந்த வயசுல அவருக்கு ஏன் இந்த வேதனையைக் குடுக்கணும், தம்பிய பத்தி ஒரு மாறுபட்ட எண்ணத்த ஏன் உருவாக்கணும்னு தோணிச்சி.

(உள்ளே செல்கிறாள்.)

விதுலா: கேட்டிங்களா? அம்மா ! அம்மாவா இப்படி பேசறதுன்னு என்னால நம்பவே முடியலை –

ரோகித்: எனக்கு முடியுது. உனக்குத் தெரியுமில்லையா? *(அடங்கிய குரலில்)* அப்பா ரொம்ப முன்கோபக்காரரா இருந்தாராம். அம்மாவை அடிப்பாராம், திட்டுவாராம், ராமதாஸ் சித்தப்பாவால அதையெல்லாம் தாங்கிக்க முடியாதாம். தான் இருக்கற சமயத்துல அம்மாமேல் கை நீட்ட விட்டதில்லையாம்...

ஹேமா: ஒரு தரம், ராமதாஸ் சித்தப்பா அப்பாவையே அடிக்கறதுக்குப் போனாராம்.

விதுலா: ஆனாலும் அந்த அசிங்கம் என் பாஸ்போர்ட்டுல இருந்துட்டுப் போகட்டும்ன்னு சொல்றாளே நம்ம அம்மா! அதான் எனக்குப் புரியலை.

ஹேமா: ஐயோ, அம்மா விஷயத்துல புரிஞ்சிக்கமுடியாத பல விஷயங்கள் இருக்குது. நான் இங்க வந்ததிலேருந்து – ஒரு நாளைக்கு ரெண்டு தரமாச்சிம் – சில சமயங்களில் நாலு தரம் – ராதாபாய் ஏன் இப்படி மாறிட்டாள்னு கேட்டுட்டே

இருக்கேன். ஆனா, அம்மா என் கேள்விக்குப் பதில் சொல்லத் தயாராவே இல்லை. என்னைப் பொறுத்தவரைக்கும் அம்மா எப்பவுமே ரொம்ப கமுக்கம். நான்தான் சின்ன வயசிலேருந்து பார்த்துட்டுதானே இருக்கேன்.

ரோகித்: அந்தப் பழைய புராணத்தையெல்லாம் நீ என்னைக்கு மறக்க போறே?

ஹேமா: ஏன் மறக்கணும்? அப்பாவும் அம்மாவும் உங்க ரெண்டு பேர மட்டும் பக்கத்துலயே வச்சி வளர்த்தாங்க. ஆனால் நான்? அப்பாவுக்கு ஷிரசிக்கு டிரான்ஸ்பர் ஆவும்போது, நான் தார்வாடுல பவானி அத்தை வீட்டுல! அப்புறம் பாகல்கோட்டுக்கு டிரான்ஸ்பர் ஆவும்போது நான் அம்பா சித்தி வீட்டுல!

ரோகித்: ஹேமாக்கா, கொஞ்சம் யோசிச்சிப் பாரு. உன்னையும் அழைச்சிட்டுப் போயிருந்தா, உன் படிப்பு என்னாயிருக்கும்? உன்னை ஆஸ்டல்ல விடற அளவுக்கு அவுங்களுக்கு வசதி இருந்திருக்கணுமே.

(கண்களில் கண்ணீர் நிறைந்து தளும்ப உள்ளே சென்றுவிடுகிறாள்.)

ரோகித்: முதல் வேலையா நான் போய் ஸ்டாம்ப் பேப்பர் வாங்கி வந்திடறேன்.

விதுலா: *(வேகமாக)* இரு. இரு. கொஞ்சம் பொறு. இது என்னுடைய திருமணம். நடக்குமோ நடக்காதோ – மொத்தத்துல என் திருமணம். ப்ளீஸ். கொஞ்ச நேரம் பாடலாம், ஆடலாம், ஒரே ஒரு தரம். எனக்காக...

ரோகித்: பாட்டு வேணுமா? என்ன பாட்டு பாடறது? ஆடலாம் வா, ஆடலாம் வா.

(ரோகித் பாடுகிறான். அவன் பாடத் தொடங்கியதுமே ஹேமா, விதுலாவின் முகங்கள் மலர்ச்சியடைகின்றன. மூன்று பேரும் சேர்ந்து பாடுகிறார்கள். ரோகித் ஒரு புத்தகத்தை எடுத்துத் தாளம் போடுகிறான். விதுலாவும் ஹேமாவும் நடனமாடுகிறார்கள். அம்மா அப்பாவோடு வருகிறாள். சோபாவின்மீது உட்கார்கிறாள். அம்மா இடையிடையில் பாடுகிறாள். எழுந்து நடனமாடுபவர்களோடு சேர்ந்துகொள்கிறாள். ராதாபாய் கையில் ஒரு பாத்திரத்தோடு வாசலுக்கு வந்து நிற்கிறாள். சூழல் மகிழ்ச்சிகரமானதாக மாறுகிறது.)

காட்சி: ஐந்து

(முதல் காட்சியின் தொடர்ச்சி. ரோகித்தும் பிரதிபாவும் அலுவலகத்தில் இருக்கிறார்கள்.)

ரோகித்: வயசான அம்மா நாலு மாடி எறங்கி ஓடி வராங்கன்னா – *imagine* ஒரு மாடிக்கு அப்புறம் இன்னொரு மாடி– நாம விறுவிறுப்பை அதிகரிச்சிக்கிட்டே போவலாம். வயசாயிட்டுது. ஆர்த்ரிடிஸ். கை கால் மூட்டு வலி. ஆனால் மகள்!

பிரதிபா: லிப்ட் கிடையாதா?

ரோகித்: அதுக்காகத்தான் நாலு மாடின்னு சொன்னேன். பழைய *city restriction*படி நாலு மாடி இருக்கிற வீடுங்களுக்கு லிப்ட் அவசியமில்லை.

பிரதிபா: I see. *(கொஞ்சம் யோசித்து)* Actually, லிப்ட் இருந்தாலும் ஒரு பிரச்சினையும் இல்லை. அவள் கீழே ஓடி வரா. ஒவ்வொரு மாடி இறங்கியதும், தரையில கொஞ்ச நேரம் நிக்கிறா. லிப்ட் பட்டன அழுத்தறா. ஆனால் அது வரும்வரைக்கும் காத்திருக்கிற பொறுமை இல்லை. மறுபடியும் இறங்கி ஓடுறா. ஒவ்வொரு கட்டத்திலயும் அவள் இறங்கிப் போனபிறகு லிப்ட் வந்து நிக்குது. கதவு திறக்குது. ஆனா, அங்க அவள் இருப்பதில்லை. Good. அப்படியே இருக்கலாம்.

ரோகித்: ம். அவள் இறங்கிப் போவும்போது தேவையான அளவு ஃபுட்டேஜ் கொடுக்கலாம். நல்ல பில்ட் அப் கிடைக்கும்.

பிரதிபா: அவள் வாசலுக்குப் போயிடறா, அப்புறம்?

பிரதிபா: ஆனால், சட்டுனு மகள் காணாம போயிடறது – கொஞ்சம் சப்புனு இருக்குதில்லையா? Soap opera ன்னு சொன்னா கொஞ்சம் உணர்ச்சிகரமானதா இருக்கணும். Drama.

ரோகித்: சரி, சரி. அப்படின்னா நாம என்ன செய்யலாம்ன்னு சொன்னா...

(குறுக்கும் நெடுக்கும் நடக்கிறான்.)

ராதாபாய் நடந்துபோய் வாசல் கேட் பக்கமா போகும்போது, பொண்ணு இன்னும் அங்கயே இருக்கிறா. பைத்தியக்காரி. திட்டறாள். பசங்க அவ மேல கல்லால அடிக்கறாங்க. ராதாபாய் பசங்களையெல்லாம் திட்டி அடிச்சி அனுப்புறா. அதுக்கப்புறமா சாவித்திரியையும் வீட்டுக்குள்ள அழச்சிம்

போக முயற்சி செய்றாள். கையைப் புடிச்சி இழுக்கிறாள். ஆனால் பொண்ணுக்கு அம்மாவுடைய அடையாளமே தெரியலை. "எங்க அம்மா எங்கே,"ன்னு சத்தம் போடறா. ராதாபாயை நெருங்கவிடாம தள்ளிவிடறா.

பிரதிபா: *That's more like it. In fact, excellent.*

ரோகித்: *(உத்வேகம் நிறைந்தவனாக)* ஒரே ஒரு நிமிஷம். பிரதிபாஜி. கொஞ்சம் யோசிக்கிறதுக்கு நேரம் குடுங்க. கொஞ்சம் மெலோ ட்ராமாவா மாறிடும்.

பிரதிபா: அந்தப் பேச்சையே எடுக்காதீங்க. நம்முடையது *prime time serial!*

ரோகித்: அப்படின்னா, காட்சியினுடைய ஆரம்பத்துக்கே போகணும். ராதாபாய் மொட்டைமாடிக்கு ஏன் போனாள்? துவைச்ச துணிகளை வெயில்ல உலர்த்தறதுக்காக கிடையாது. உலர்ந்த துணிகளை வேகவேகமா எடுக்கிறதுக்காக. அதுக்குக் காரணம், தூறல் விழ ஆரம்பிச்சிட்டுது. *That's it. Episode* ஆரம்பிக்கும்போது ஆகாயத்துல கருமேகங்கள் கூடியிருக்குது. இடி. தூறல் மழை. ராதாபாய் ஓடி வராள். துணிகளை ஒவ்வொன்னா எடுத்து எடுத்துத் தோள்மேல போட்டுக்கிறா. அப்பதான் தெருவுல ஏதோ சத்தம் கேக்குது. போய் குனிஞ்சி பாக்கிறா. மகள். அடையாளம் கண்டுபுடிச்சிடறா. கீழே ஓடி வரா. அவள் வாசலுக்கு வருவதற்குள்ளே, அடைமழை ஆரம்பிச்சிட்டுது.

பிரதிபா: *Very nice* ரோகித். அவள் ஓடி வரும்போது, தோளில போட்டிருந்த துணிங்களெல்லாம் கீழே நழுவி விழுது. *Superb.*

ரோகித்: பொண்ணு இருந்த இடத்துக்குப் போய் சேருவதற்குள்ளே மழை அதிகமாயிடுது. அவள் பொண்ணு கையைச் புடிச்சி இழுக்கறது – பொண்ணு புடி கொடுக்காம கையை ஒதறிக்கொள்வது – தள்ளிட்டு ஓடிப் போவது – இதெல்லாம் நடப்பது அந்தக் கடுமையான மழையில். மழை அதிகமாயிட்டே போவுது.

(பிரதிபா கைதட்டுகிறாள்.)

கடைசியில பொண்ணு அம்மாகாரியை தள்ளி விடறா. கையை விடுவிச்சிக்கிட்டு ஓடிப் போறா.

பிரதிபா: *Nice.* மழையில அப்படியே கரைஞ்சி போறா. *Episode* முடிக்கிறதுக்கு அற்புதமான *shot.*

ரோகித்: ம். ஆனால், ராதாபாய் மீது கடைசி ஷாட் இருந்தால்தான் நல்ல அழுத்தம் கிடைக்கும்ன்னு தோனுது. அவள் நின்ன இடத்துலயே நிலைகுலைஞ்சி சேத்துல விழறா. பொண்ண பேர் சொல்லி கூப்பிடலாம்ன்னா, கண்ணுல வாயில எல்லாம் அம்புபோல மழைத்தாரைகள் விழுந்துக்கிட்டே இருக்குது. குரல் திணறுது. தடுமாறுறாள். மழையின் சத்தத்துல அவளுடைய குரல் அடங்கிப் போயிடுது.

பிரதிபா: அப்படியும் வைக்கலாம். சரி, அதையெல்லாம் எடிட்டிங் டேபிள்ல வச்சி பார்த்துக்கலாம். *Congratualtions.* ரோகித், உங்கக்கிட்ட பெரிய *advantage* என்னன்னா, உங்களுக்குச் சம்பந்தப்பட்ட ஆட்களுடைய நெருக்கமும் பழக்கமும் இருக்குது.

(ரோகித் விம்முகிறான்.)

Real life ல ஆனமாதிரி, சீரியலிலும் மகள் மாயமா மறைஞ்சி போயிடறாளா? இல்லை, திரும்ப வருவாளா?

ரோகித்: தற்சமயத்துக்கு இப்படியே இருக்கட்டும். தேவைப்பட்டால் மறுபடியும் கொண்டு வந்திடலாம்.

பிரதிபா: *Excellent.* சரி, நான் கிளம்பணும். அப்புறமா, நீங்களும் உங்க மனைவியும் ஒருநாள் எங்க வீட்டுக்குச் சாப்படறதுக்கு வரணும்.

ரோகித்: நிச்சயமா. *Thanks.* ஆனா, தற்சமயம், தபஸ்யா பெங்களூரில் இல்லை. அவ அம்மா வீட்டுக்குப் போயிருக்கா. அங்கேயே இன்னும் ரெண்டு மூணு மாசம் இருக்கலாம். *(சிரித்தபடி)* கர்ப்பமா இருக்கா.

பிரதிபா: *Oh, Congratulations!*

(அவனுடைய கையைப் பற்றி குலுக்குகிறாள்.)

போய் எவ்வளவு நாள் ஆகுது?

ரோகித்: அவள் ஐதராபாத்துக்கு போனது . . .ம்ம்ம், எட்டாம் தேதி. பத்து நாள் ஆயிட்டுது.

பிரதிபா: ஓ!

(பிரதிபாவின் குரலில் ஒலித்ததுபோலத் தோன்றிய ஒரு விசித்திரக் குறிப்பு ரோகித்துக்குக் குத்திக் காட்டுவதுபோல இருந்தது.)

ரோகித்: ஏன்?

பிரதிபா: ரோகித், நான் சொல்றேன்னு தப்பா நெனைக்காதீங்க. நாம ரெண்டு பேரும் சேர்ந்து செய்ய வேண்டிய வேலைகள்

நிறைய இருக்குது. செய்வோம்ன்னு எனக்கு நம்பிக்கை இருக்குது.

ரோகித்: *ஏன்? எதுக்காக இந்த நீண்ட முன்னுரை?*

பிரதிபா: எங்க அலுவலகத்துக்கு ஒரு புதுப் பொண்ணு வேலைக்கு வந்திருக்கா. இஸபெல் பிண்டோ.

(மௌனம். ரோகித்தின் தோற்றம் இறுக்கமடைகிறது.)

உங்களை அவளுக்குத் தெரியுமாம்.

ரோகித்: ம். தார்வாடுல இருந்தபோது அறிமுகமானாள்.

பிரதிபா: அவளும் அதையேதான் சொன்னாள். புத்திசாலி. ரொம்ப திறமையானவள். ஆபீஸ்க்கே அவள் ஒரு பெரிய *asset.*

(நிறுத்தி)

ரெண்டு வருஷங்களுக்கு முன்னால, *apparently she had a nervous breakdown.* ரொம்ப *suffer* பண்ணினாளாம்.

ரோகித்: *(கூச்சத்தோடு)* ஆமாம். நானும் கேள்விப்பட்டேன். அந்தச் சமயத்துல நான் ஜெர்மனிக்குப் போயிருந்தேன், ஒரு ட்ரெய்னிங்குக்காக.

பிரதிபா: ஆறு மாசத்துக்கு முன்னால, இஸபெல் பெங்களூருக்கு வந்தாள். என்னுடைய ஆபீஸ்ல சேர்ந்தா. நல்ல பொண்ணு. அவள எனக்கு ரொம்பப் புடிக்கும். அவள் வேலையை விட்டு போறதுல எனக்குக் கொஞ்சம் கூட விருப்பமில்லை.

(நிறுத்தி)

பெங்களூருல தனியா இருக்கா. மறுபடியும் *nervous breakdown* ஆயிட்டா, பார்த்துக்கறதுக்கு யாருமில்லை. பாவம். *(மௌனம்)*

நீங்க அவளை ரெண்டு தரம் வீட்டுக்குச் சாப்படறதுக்குக் கூப்பிட்டிங்களாம்.

ரோகித்: அதான் சொன்னேனே, எல்லாம் பழைய ஞாபகங்கள்.

பிரதிபா: வரமுடியாதுன்னு சொன்னாளாம். உங்க தொடர்பே வேணாம்ன்னு வெளிப்படையாவே சொன்னாளாம். ஆனால், நீங்க – என்னன்னு சொல்றது? ரொம்ப முரட்டுத்தனமா நடந்துக்கிட்டிங்களாம்.

ரோகித்: *(கோபமாக)* பிரதிபாஜி. இதையெல்லாம் கேட்பதற்கான உரிமை உங்களுக்கு எப்படி வந்ததுன்னு என்னால கேட்கமுடியும்.

பிரதிபா: *(புன்னகையோடு)* வேணாம் வேணாம். ரோகித், உங்களையும் எனக்கு ரொம்ப புடிக்கும், *I like you.*

ரோகித்: ஆகட்டும், எங்க ரெண்டு பேருக்கும் எங்கேஜ்மெண்ட் ஆகறது ஒன்னுதான் மிச்சமா இருந்தது. அந்தச் சமயத்துல திடீர்னு அவள் போன்ல பேசி, அந்தச் சம்பந்தத்தையே முறிச்சிட்டா.

பிரதிபா: ரோகித், உங்க ரெண்டு பேருக்கும் நடுவுல என்னாச்சிங்கற விஷயம் எனக்குத் தேவையில்லை. எனக்கும் அதற்கும் ஒரு சம்பந்தமும் இல்லை.

ரோகித்: அப்படியென்றால், இந்தக் குறுக்கு விசாரணையெல்லாம் எதுக்காக?

பிரதிபா: குறுக்கு விசாரணையெல்லாம் கிடையாது. ஒரு வேண்டுகோள்ன்னு வச்சிக்கலாம்.

ரோகித்: அவளோடு பேசி, எங்களுக்கு இடையிலிருந்த கசப்பைக் குறைக்கலாம்னு தோணிச்சி. அதனால சாப்பாட்டுக்குக் கூப்பிட்டேன்.

பிரதிபா: உங்க மனைவி ஐதராபாத்துக்குப் போயிருந்த நேரம் – அன்றுதான் நீங்க இஸபெல்க்கு போன்ல பேசினிங்க. சாப்பிட வீட்டுக்குக் கூப்பிட்டிங்க. வீட்டுல மனைவி இல்லை. நீங்க ரெண்டு பேர்தான் இருக்க போறிங்கங்கற விஷயத்தை அவளுக்குச் சொல்லலை. ஆனால், அவளுக்குத் தெரிஞ்சி போயிட்டுது.

ரோகித்: அப்படின்னா, என் மனைவி வீட்டுல இருந்த சமயத்துல கூப்பிட்டிருந்திருக்கணுமோ? இந்தச் செய்தியைப் பற்றி விவாதிச்சே ஆவணுமா?

(பிரதிபா கைப்பையை எடுக்கிறாள்.)

பிரதிபா: ரோகித், எனக்கு நாற்பத்தைந்து வயது. அடிப்படையில நான் ஒரு ஓரிசாக்காரி. என் சொந்தக் காரணங்களுக்காக நான் பெங்களூருக்கு வந்தேன். இங்கேதான் என் தொழிலை ஆரம்பிச்சேன். மூணு வருஷங்களுக்கு முன்னால நானும் என் புருஷனும் சந்திச்சிக்கிட்டோம். என்னைவிட பதினாலு வயது பெரியவன். முஸ்லிம். முஸ்லிம்களுக்கு எதிரான கருத்து எல்லா இடத்துலயும் நெருப்பு புடிச்சி எரிஞ்ச சமயத்துல, நான் அவனைக் கல்யாணம் செஞ்சிக்கிட்டேன். என்கிட்ட அவன் ரொம்ப அன்போடு இருந்தான். அதுதான்

காரணம். Security. (நிறுத்தி) Harrassmentனு சொன்னா என்னன்னு எனக்குத் தெரிஞ்ச அளவுக்கு உலகத்துல வேற யாருக்கும் தெரிஞ்சதே இல்லை. தயவுசெஞ்சி, இஸபெல் விஷயத்துல தலயிடவே வேணாம், சரியா? ப்ளீஸ்...

(சட்டென புன்னகை புரிகிறாள்.)

தபஸ்யா திரும்பி வந்ததுமே நீங்க எனக்குச் சொல்லணும். நீங்க ரெண்டு பேருமா எங்க வீட்டுக்கு வரணும். இர்பானோடும் என்னோடும் சேர்ந்து நீங்க சாப்பிடணும். சரியா? பை.

(இரண்டு அடிவைத்துச் செல்கிறாள்.)

குழந்தையையும் எடுத்துட்டு வாங்க. எங்க ரெண்டு பேருக்கும் குழந்தைன்னா ரொம்பப் பிரியம்.

(கிளம்பிச் செல்கிறாள். ஆழ்ந்த மௌனம்)

ரோகித்: *Bitch!*

காட்சி: ஆறு

ஒரு internet café. அதில் ஒரு சாதாரணமான அறை. அளவில் சிறியது. மேசையின்மீது ஒரு computer. அத்துடன் அதிநவீன ஒலிபெருக்கிச் சாதனங்கள் இணைக்கப்பட்டுள்ளன. விதுலா சேவகனோடு வருகிறாள்.

சேவகன்: இன்னிக்கு ரொம்ப பிசியா இருந்தீங்களா?

விதுலா: ம்.

சேவகன்: ஷாப்பிங்லாம் போயிருந்திங்களா?

விதுலா: ஆமாம்.

சேவகன்: எனக்கு இன்னும் அழைப்பு வரலை. திருமண அழைப்பு.

விதுலா: வரும், வரும், உங்களையெல்லாம் எப்படி மறக்கமுடியும்?

சேவகன்: ஐயோ, என்னன்னு சொல்றது? எத்தனை பேர், எங்களுடைய இந்த *cyber café*க்கு வந்து, *internet* பார்த்து, *life partner* ஐ தேர்ந்தெடுத்திருக்காங்க தெரியுமா? ஆனால், திருமண சமயத்துல யாருக்கும் எங்க ஞாபகம் வருவதில்லை. *(சிரித்தபடி)* அல்லது வேணும்ன்னே எங்களை மறந்துடுவாங்க.

விதுலா: அப்படியெல்லாம் கிடையாது. திருமண அழைப்பு இனிமேல்தான் அச்சடிக்கணும். *Don't worry. You are first on the list.*

(இதற்குள் சேவகன் கம்ப்யூட்டரை ஆன் செய்கிறான்.)

சேவகன்: தேங்க்ஸ். சரி, எடுத்துக்குங்க. வேறு ஏதாவது வேணுமா?

விதுலா: வேணாம் போவும்போது விளக்குங்களை மட்டும் நிறுத்திடுங்க.

(சேவகன் விளக்கை நிறுத்திவிட்டுச் செல்கிறான். கம்ப்யூட்டர் திரையில் படர்ந்திருக்கும் வெளிச்சத்தைத் தவிர வேறு எந்த வெளிச்சமும் இல்லை. அந்த வெளிச்சத்தில் விதுலாவின் தோற்றம் மட்டும் ஒரு வரைபடத்தைப்போலத் தெரிகிறது. ஒலிபெருக்கியில் ஓர் ஆண்குரல் கேட்கிறது.)

விதுலா: பாஸ்வேர்ட்?

குரல்: நான் 'துள்ளிவரும் ஆடு. நீ என் செல்ல சிடுமூஞ்சி பொண்டாட்டி!'

விதுலா: *(சிரித்தபடி)* ஏய், நான் என்னுடைய பாஸ்வேர்ட் கொடுக்கிறவரைக்கும் நீ பொறுமையா இருக்கணும்...

குரல்: அதெல்லாம் பொறுமையா இருக்கவேண்டிய அவசியமே இல்லை. உன் குரலே பாஸ்வேர்ட். அது போதும்.

விதுலா: உன் நூற்றுக்கணக்கான காதலிகளை இப்படித்தான் நீ அடையாளம் கண்டுபிடிப்பாயா?

குரல்: உன்னைப்போல யாரும் இல்லை, டார்லிங். நான் உனக்காக ஆவலோடு காத்துக்கொண்டிருக்கிறேன். உன்மீது தாவுவதற்காக.

விதுலா: நீ அன்பான ஆடு கிடையாது. எகிறும் ஆடுன்னு சொல்லலாமா?

குரல்: ஓ, நீ சொன்னபடி, நாளைமுதல் அதுதான் என் பாஸ்வேர்ட். 'எகிறும் ஆடு'!

விதுலா: ஐயோ டார்லிங், இன்னும் புது பாஸ்வேர்ட்ங்களுக்கெல்லாம் நேரமே இல்லை. நான் இன்னும் கொஞ்ச நாட்களுக்குள் உனக்கு குட்பை சொல்லவேண்டிய சூழல்.

குரல்: *(வருத்தமாக)* ஓ, பேபி. அப்படி ஒரு காரியத்தை மட்டும் செய்யவே செய்யாதே. இந்தத் தொடாபு எனக்கு ஒரு பழக்கமா மாறிட்டுது. அடிக்‌ஷன். நீ இல்லாமல் என்னால வாழமுடியாது. நீ எங்கேயும் போக வேண்டாம். என் கூடவே இரு.

கிரீஷ் கார்னாட்

விதுலா: என் பேச்சை யார் கேட்பார்கள்? நான் போய்த்தான் தீரவேண்டும். வேறு வழியே இல்லை.

குரல்: நீ பாதாளத்தின் ஆழத்துக்குச் சென்றாலும் அங்கே ஒரு கம்ப்யூட்டர் கிடைக்காதா என்ன?

விதுலா: அதுவும் சரிதான்.

குரல்: அப்படியென்றால் எதற்காக குட்பை சொல்லணும்?

விதுலா: என்னை வித்துட்டாங்க.

குரல்: என்ன சொல்றே, பேபி டால்?

விதுலா: வித்துட்டாங்க. ஏற்கெனவே சொல்லியிருக்கேன் இல்லையா? நான் ஒரு வைப்பாட்டி. ஒரு சேட்ஜிதான் என்னை வச்சிருக்கான். வயதான சேட்ஜி.

குரல்: அதற்காகத்தான் என்னோடு தொடர்பு வச்சிக்கோன்னு சொல்றேன். உன் தாகத்தைத் தணிக்கிறேன்.

விதுலா: கிழவன் மரணப்படுக்கையில கிடக்கிறான். Heart attack. மூணு நாள் ஆயிட்டுது. ICU வில வச்சிருக்காங்க. இன்னைக்கோ நாளைக்கோ கதை முடிஞ்சிடும்.

குரல்: அதனால்தான் நாலைஞ்சி நாளா நீ காணாம போய்ட்டியா?

விதுலா: ம், என்ன செய்வது? அங்கயும் இங்கயுமா ஓடிட்டே இருந்தேன். அவன் செத்துட்டான்னா, அவனுடைய குடும்பத்தை சேர்ந்தவங்க என்னை வீட்டைவிட்டு விரட்டறது மட்டும் உறுதி. தெருவுக்குத்தான் வரணும்.

குரல்: நான் இருக்கிறேன் அல்லவா? வா.

திருமண ஆல்பம்

விதுலா: அதனால்தான் ஒரு புதிய எஜமானனைத் தேடிட்டிருந்தேன். கிடைச்சிட்டான். *Young*. அமெரிக்காவில இருக்கிறானாம். எனக்காகவே ஏராளமா பணம் சேத்து வச்சிருக்கானாம். எனக்காகவே அமெரிக்காவில ஒரு வீடு கூட வாங்கி வச்சிருக்கானாம். நாளைக்கோ, நாளைக்கு மறுநாளோ என்னைப் பார்க்கிறதுக்காக அவன் வரலாம்...

குரல்: அப்படியென்றால், உன்னை நேருக்குநேர் பார்க்காமலேயே வாங்கிக்கிட்டானா?

விதுலா: வந்தபிறகு, கண்டிப்பா பார்ப்பான். அவனுக்குத் தேவையானதெல்லாம் என்னிடம் இருக்குது. தனக்குப் பிடிச்சபடி நடந்துகொள்கிற உரிமை அவனுக்கு இருக்குது.

குரல்: அப்படின்னா எனக்கு எந்த உரிமையுமில்லையா? இன்றைக்கு உன்னை என்னென்ன செய்யலாம்னு நெனச்சிருந்தேன் தெரியுமா? மூணு நாள் என்னை காத்திருக்க வச்சிட்டே. அப்படியெல்லாம் உன்னை சும்மா விடமுடியாது.

விதுலா: விடவேண்டாம். அதுக்காகத்தானே வந்திருக்கேன். செய்ய நினைக்கறதெல்லாம் செஞ்சிக்கோ.

குரல்: முதலில் உன் ஆடைகளையெல்லாம் அவிழ்த்துவிடுகிறேன். அம்மணமாக்கிவிட்டு உன்னை *rape* செய்கிறேன்.

விதுலா: ம். செய். செய்.

குரல்: அப்புறம் – அதோடு உன்னை விடமாட்டேன். உன்னைக் கொன்றுவிடுவேன். வெட்டி வீசிவிடுவேன்.

விதுலா: *(சிரித்தபடி)* இன்றைக்கு உன் கற்பனைச் சக்திக்குப் பைத்தியம் பிடித்துவிட்டதுபோலத் தெரிகிறது, என் செல்ல ஆடே.

குரல்: பெண்ணே, பார்த்துக்கிட்டே இரு பெண்ணே. உன் மேல் எகிறிப் பாய்ந்து உன்னைத் துண்டுதுண்டாக நறுக்கி வீசுகிறேன்.

விதுலா: சரி, என் செம்மறியாடே. வா, என் லவ்வர் பாய். நான் உன்னைச் சரணடைகிறேன். *I am yours.*

குரல்: முதலில் அந்த முந்தானையை அந்தப் பக்கமாக விலக்கு.

விதுலா: முந்தானை அல்ல, துப்பட்டா, விலக்கியாயிற்று.

குரல்: உன் ஜாக்கெட்டின் பொத்தான்களை விலக்கு.

விதுலா: ஜாக்கெட் அல்ல, கமீஸ்.

குரல்: ஐ டோண்ட் கேர். எனக்கு எந்த டீட்டெய்ல்ஸூம் வேணாம். பொத்தான்களை விலக்கு.

விதுலா: விலக்குகிறேன்.

(விதுலா உரையாடலைப் பேச்சளவில் தொடர்கிறாள், அவ்வளவுதான். ஆனால் ஆடைகளை விலக்குவதில்லை,)

குரல்: விலக்கிவிட்டாயா? கழற்று அந்த ஜாக்கெட்டை – அந்த கமீஸை – எது இருக்கிறதோ அதை.

விதுலா: விலக்கிவிட்டேன்.

குரல்: இப்போ உன் உள்ளாடை. அதையும் கழற்றிவிடு.

(சற்று பொறுத்து)

கழற்றிவிட்டாயா?

விதுலா: கொஞ்சம் பொறு டார்லிங். கொக்கி முதுகுப்பக்கமா இருக்குது. மாட்டிக்கொண்டுவிட்டது.

குரல்: ஏமாற்றுகிறாயா? வேண்டுமென்றே தாமதம் செய்கிறாயா?

விதுலா: இல்லை ராஜா, என் அன்பின் மீது ஆணை. ஆ, இதோ வந்துவிட்டது. கழற்றியாகிவிட்டது.

குரல்: கொக்கியைக் கழற்றியாகிவிட்டதா?

விதுலா: ம்.

குரல்: தூக்கி வீசு அதை.

விதுலா: வீசிட்டேன்.

குரல்: இப்போ வெறும் உடம்போடு உட்கார்ந்திருக்கிறாய் அல்லவா?

விதுலா: ம்

குரல்: ஆ ஆ! எனக்குத் தெரிகிறது, உன் வலதுபக்க முலை அளவில் பெரியது. இடதுபக்க முலை சிறியது.

விதுலா: *(சிரித்தபடி)* உனக்குத் தெரியாதது என்ன இருக்கிறது?

குரல்: இப்போ, உன் புடவையை அவிழ்.

விதுலா: புடவை அல்ல, சல்வார்.

குரல்: *(கோபத்தோடு)* எனக்கு அதெல்லாம் வேண்டாம். அதை அவிழ்த்துவிடு.

கிரீஷ் கார்னாட்

விதுலா: ஒரு நிமிஷம்.

குரல்: ஏன் ஒரு நிமிஷம்?

விதுலா: முடிச்சை அவிழ்க்க கொஞ்சம் அவகாசம் கொடு என் ராஜாவே, சரியா?

குரல்: கழற்று உன் சல்வாரை, சீக்கிரமாக.

விதுலா: கழற்றிவிட்டேன்.

குரல்: எங்கே வைத்தாய் அதை?

விதுலா: என் காலடியில் சுற்றிக்கொண்டு கிடக்கிறது. தரையில்.

குரல்: இன்றைக்கு உள்ளே என்ன அணிந்துகொண்டிருக்கிறாய்? உன் black and white லேஸ் மினி அல்லவா?

விதுலா: இல்லை, Thongs. நாவல் பழ நிறம். உனக்காக – ஒரே ஒரு நொடி. ம். சரி.

குரல்: அப்படின்னா சரி, அதையும் கழற்றி வீசு.

விதுலா: *(சட்டென்று)* பொறு பொறு...

குரல்: என்னாச்சி டார்லிங்?

விதுலா: பொறு, எனக்குப் பயமாக இருக்கிறது.

குரல்: பயம்? என்ன பயம்? இது ஒன்றும் முதல்முறை கிடையாதல்லவா?

விதுலா: தெரியவில்லை. என்னமோ பயம். திடீரென்று நடுங்குகிறது. ப்ளீஸ். ஒரு நிமிடம். என்னமோ தெரியவில்லை, உடம்பு

நடுங்க ஆரம்பிக்கிறது. குளிர்க்காய்ச்சல் வந்ததுபோல. கொஞ்சம் –

குரல்: நீ எப்படி சொல்கிறாயோ, அப்படியே ஆகட்டும், *love*, நான் உனது அடிமை.

(ஆழ்ந்த மௌனம்)

இருக்கிறாயா?

விதுலா: இருக்கிறேன், டார்லிங்.

குரல்: அப்படியென்றால் சொல், மெதுவாகச் சொல், எதற்காக பயப்படுகிறாய்?

விதுலா: இது – இதெல்லாம் – நம்முடைய வாழ்க்கைச்சூழல் – எல்லாம் ஏன் இப்படி இருக்கிறது? அதை நினைத்தால் பயமாக இருக்கிறது.

குரல்: அப்படி ஏன் சொல்கிறாய்?

விதுலா: இங்கே நாம் ரெண்டுபேர்மட்டும்தான். ரெண்டுபேர் மட்டுமா இருக்கும்போது எவ்வளவு ஆனந்தமா இருக்கணும்? ரொமாண்டிக்கா? ஆனா இந்தத் துக்கம் ஏன்?

(வெளியே கதவைத் தட்டும் சத்தம். கடுமையான குரலில் சண்டை போட்டுக்கொள்ளும் சத்தம். விதுலா தன் கனவு உலகத்திலிருந்து நழுவி வெளியே வருகிறாள்.)

விதுலா: *Hell! hell!*

குரல்: என்னாச்சி? என்னாச்சி? பேபி டால்?

விதுலா: *Shit! shit!*

(கம்ப்யூட்டரை நிறுத்துகிறாள். இரண்டு இளைஞர்களோடு சண்டை போட்டபடி சேவகன் உள்ளே வருகிறான். இளைஞர்கள் நெற்றியில் குங்குமம் வைத்துக்கொண்டு, கழுத்தைச்சுற்றிக் காவிநிறப் பட்டையைச் சுற்றிக்கொண்டிருக்கிறார்கள்.)

சேவகன்: *(சத்தமாக)* நீங்க உள்ளே வரக்கூடாது. நில்லுங்க. உங்களுக்கு இதுக்கெல்லாம் அனுமதி இல்லை.

இரண்டாவது இளைஞன்: எங்கள யாரு தடுக்கமுடியும், பார்த்துக்கலாம்.

முதல் இளைஞன்: என்ன நடக்குது இங்க?

இரண்டாவது இளைஞன்: ஏன் இங்கே இருட்டா இருக்குது? முதலில் லைட்டை போடுங்க.

சேவகன்: *(விதுலா ஆடையின்றி இருக்கக்கூடும் என்கிற அச்சத்தோடு)* நீங்க முதலில் வெளியே போங்க. உங்களுக்கு இங்கே அனுமதி இல்லை.

முதல் இளைஞன்: எங்கே? லைட் எங்கே?

(விளக்கைப் போடுகிறான். மங்கலான வெளிச்சம் படர்கிறது. ஆடைகளை அணிந்திருக்கும் நிலையிலேயே விதுலாவைப் பார்த்த பிறகு சேவகனுக்கு நிம்மதியாக இருக்கிறது.)

சேவகன்: இது ஸ்பெஷல் ரூம். வெளியே போங்கன்னு சொல்றேனில்லையா?

முதல் இளைஞன்: யாரு இந்த பொண்ணு? என்ன நடக்குது இங்க?

சேவகன்: அவுங்க எங்க கஸ்டமர். கேம்ஸ் ஆடுறாங்க...

முதல் இளைஞன்: கேம்ஸா? எந்த மாதிரியான கேம்ஸ்?

சேவகன்: வீடியோ கேம்ஸ்.

இரண்டாவது இளைஞன்: இந்தச் சந்துல வீடியோ கேம்ஸா? ஹா ஹா ஹா...

முதல் இளைஞன்: கேம்ஸ்க்காகன்னு வெளியே கியூபிக்கல்ஸ்லாம் போட்டு வச்சிருக்கும்போது, இங்க இவுங்கள்ளாம் என்ன செய்றாங்க?

இரண்டாவது இளைஞன்: வீடியோ கேம்ஸ் ஆடறதுக்கு ஸ்பெஷல் ரூம் எதுக்குய்யா?

முதல் இளைஞன்: இவன் கூட தனியா ஒருத்திமட்டும் உள்ளே போறாள்னு சொல்லும்போதே என்ன நடக்குதுன்னு புரிஞ்சிடுதே. நிர்வாணப்படம் பார்க்கறிங்க இல்லையா?

இரண்டாவது இளைஞன்: *(சேவகனிடம்)* ஏன்டா நாயே, இந்து பெண்களுக்கு நிர்வாணப்படம் காட்டறியா நீ?

சேவகன்: கேம்ஸ் ஆடறாங்கன்னு சொல்றேனே, கேக்கலையா உங்களுக்கு? எங்களுக்குச் சட்டப்படியான உரிமை இருக்குது. லைசன்ஸ் வச்சிருக்கிற கஃபே இது, தெரியுமா?

முதல் இளைஞன்: *(இரண்டாவது இளைஞனிடம்)* முதலில் இந்தப் பொண்ணுடைய போட்டாவ எடுத்து வச்சிக்குவோம். இப்படிப்பட்ட ரூம்ல இருந்தாள்ங்கறதுக்கு நமக்கு சாட்சி வேணும்.

இரண்டாவது இளைஞன்: ஆமாம், வேணும்.

சேவகன்: ஏ,ஏ, இங்க போட்டாவெல்லாம் எடுக்கக்கூடாது.

முதல் இளைஞன்: இது என்ன இன்டர்நெட் கஃபேயா, ஏர்போர்ட்டா? போட்டோ எடுக்கக்கூடாதாம். ஹ்ம்!

முதல் இளைஞன்: கேமிராவ எடு நீ. *(விதுலாவிடம்)* நீங்களெல்லாம் இந்து பொண்ணுதானே? நம்ம மதத்துக்குக் களங்கம் உண்டாக்குறிங்களே. இந்தப் பக்கமா வந்து நில்லுங்க. நாங்க சரியா போட்டோ எடுக்கணும்...

(முதல் இளைஞன் சுவர்முழுக்க தட்டுத்தடுமாறி தேடி ஸ்விட்ச்சை அழுத்துகிறான். அறை முழுதும் வெளிச்சம் படர்கிறது. இதற்குள் இரண்டாவது இளைஞன் கேமிராவை எடுத்து, போட்டோ எடுக்கத் தயாராகி, விதுலாவின் பக்கம் திரும்புகிறான். அவளைப் பார்த்து ஆச்சரியத்தில் உறைந்துவிடுகிறான்.)

இரண்டாவது இளைஞன்: நீயா?

முதல் இளைஞன்: இவளைத் தெரியுமா?

இரண்டாவது இளைஞன்: இவளுடைய அண்ணனைத் தெரியும். இவ எங்க ஆள்தான். எங்க சாதிதான்.

முதல் இளைஞன்: *(விதுலாவிடம்)* உங்க பேர் என்ன?

இரண்டாவது இளைஞன்: ஏ, இவ எங்க சாதி ஆளுடா?

முதல் இளைஞன்: உங்க சாதியா இருந்தா... இப்ப என்ன அதுக்கு?

இரண்டாவது இளைஞன்: எங்க ஆளுடா... அதாவது... இங்க பாரு, இந்த தடவை இவளை விட்டுவிடலாம். போனா போவுது.

முதல் இளைஞன்: ஏன்? இவள் உங்க சாதிக்காரிங்கறதுக்காக –

இரண்டாவது இளைஞன்: எதிர்காலத்துல ஏதாவது பிரச்சினையாகி, பேப்பர்ல இவளுடைய பேரு வந்துதுன்னா, எனக்குத்தான் கஷ்டம் மகாதேவப்பா. எங்க சாதிக்காரங்க நடுவுல என்னால தலநிமுந்து நிக்கவே முடியாது ...

முதல் இளைஞன்: என்னடா பேசற நீ? இத்தன நாள் காத்திருந்து காத்திருந்து – இன்னைக்குக் கையும் களவுமா புடிச்ச பிறகு, என்னென்னமோ கதை சொல்றியே?

இரண்டாவது இளைஞன்: ஸாரிடா ... ஆனா மகாதேவப்பா, ப்ளீஸ், எங்க சாதிக்காரங்க எல்லாம் சீ தூன்னு காறித் துப்புவாங்கடா ...

முதல் இளைஞன்: போ. *(விதுலாவிடம்)* இங்க பாரு பொண்ணு, இன்னைக்கு இவன் இருந்ததால பொழைச்சிக்கிட்ட. உன்ன விட்டுடறோம். ஆனால் மறுபடியும் இங்க வரவேணாம். இந்தச் சந்துக்குள்ள என்னென்ன நடக்குதுங்கற விவரமெல்லாம் எங்களுக்குத் தெரியும் ...

இரண்டாவது இளைஞன்: *(மூத்தவன் என்கிற தோரணையில்)* இந்த தரம் போவறதுக்கு விடறோம். இன்னொரு தரம் இந்த மாதிரியான தப்பு செய்யாதே. நீ போவலாம். இந்த அட்டெண்டர நாங்க பார்த்துக்குறோம். நான் உங்க அண்ணன்கிட்ட எதையும் சொல்லமாட்டேன் ...

விதுலா: *(மெதுவாக) Why don't you fuck off?*

(இளைஞர்கள் அதிர்ச்சியில் உறைந்துபோகிறார்கள்.)

முதல் இளைஞன்: கேட்டியாடா? கேட்டியா? என்னமோ உங்க ஆளுன்னு சொன்னே?

விதுலா: *(குரலை உயர்த்தி)* இங்கே நான் இந்த கம்ப்யூட்டரை பயன்படுத்திக்க பணம் குடுத்துட்டு வந்திருக்கேன். இந்த கம்ப்யூட்டர் ரூம் தனிமைக்காக நான் பணம் குடுத்திருக்கேன். கேக்காம கொள்ளாம நீங்க எப்படி உள்ளே வரலாம்? நான் இங்கே என்ன வேணும்னாலும் செய்வேன். என்னை கேள்வி கேக்க, *who the hell are you?*

முதல் இளைஞன்: நாங்க எங்க கடமையை செய்றோம். நமது மதத்துக்காக . . .

விதுலா: *You have no fucking right. You know what you are doing? You are harassing me.*

முதல் இளைஞன்: கன்னடத்துல பேசும்மா. அப்புறமா இந்த ஃபக்கிங் கிக்கிங் வேலைலாம் இங்கே வேணாம்.

விதுலா: *I'll say what I like. Why are you here?*

(சட்டென அவள் மனத்தில் புதிய கருத்தொன்று உதிக்கிறது.)

என்னை பலாத்காரம் செய்யறதுக்காக நீங்க வந்திருக்கீங்க, இல்லையா? *You are here to rape me, aren't you? Bloody rapists.*

சேவகன்: மேடம், மெதுவா மேடம்.

விதுலா: நீங்க கண்ணால பார்த்திங்க. இவுங்க என் துப்பட்டாவை புடிச்சி இழுத்தாங்க. நீங்களே பார்த்திங்க. என்னை பலாத்காரம் செய்றதுக்காக வந்திருக்காங்க இவுங்க . . . *Bloody bastards.* நான் வெளியே தடுப்பு மேசையில கேம்ஸ் விளையாடிட்டிருந்தேன். இந்த இருட்டு அறைக்கு இவுங்க இழுத்து வந்துட்டாங்க. என் துணிய இழுத்துக் கிழிச்சிட்டாங்க. பாருங்க – ஹெல்ப் – ஹெல்ப் . . .!

முதல் இளைஞன்: *(அச்சமுற்று)* கொஞ்சம் நான் சொல்றத கேளும்மா.

இரண்டாவது இளைஞன்: *(கலக்கமுடன்)* எங்க சாதிப்பொண்ணு மேல நான் என்னைக்கும் கை வச்சதில்லமா ...

விதுலா: *Please call the police.* எங்க சித்தப்பா ராமதாஸ் நாடகர்ணி – *He is the Police Commissioner here. Will you call the police or shall i? Will show these bastards* – என் மேலயே கைவைக்க வராங்களா?

(கைப்பேசியை எடுக்கிறாள்.)

சேவகன்: மேடம், ப்ளீஸ். போலீஸெல்லாம் வேணாம். நான் சமாளிச்சிக்கறேன். *(இளைஞர்களிடம்)*

நீங்க இப்ப கௌம்பறீங்களா இல்லையா?

விதுலா: *(சத்தமாக) Get out of here, you bloody bull-shitters. If you don't get out of here this minute ...*

முதல் இளைஞன்: ஏ ...ஏ... *I don't care for your English. I say, talk in Kannada.*

(ஆனால், சேவகனும் இரண்டாவது இளைஞனும் சேர்ந்து முதல் இளைஞனை அழைத்துக்கொண்டு வெளியே போகிறார்கள். அவனும் செல்கிறான்.)

இரண்டாவது இளைஞன்: *(போய்க்கொண்டே)* எங்க சாதிக்காரப் பொண்ணு இப்படியெல்லாம் செய்யும்ங்கறதயே என்னால நம்பமுடியலை.

(புறப்பட்டுச் செல்கிறார்கள். கோபமும் அவமானமும் பொங்கியெழ, அழத் தொடங்குகிறாள் விதுலா. சேவகன் வருகிறான்.)

சேவகன்: நீங்க இதையெல்லாம் நினைச்சி கஷ்டப்படாதிங்க மேடம். இவுங்களுக்கெல்லாம் இதே வேலை. மதம் – மதம்னு பேசிக்கிட்டே இருப்பாங்க. செய்யற வேலையெல்லாம் இந்தமாதிரியான வேலைதான். இவுங்க விழிப்புணர்வுச் சங்கத்துக்கு மாசாமாசம் நான் கப்பம் கட்டறேன், தெரியுமா? டீ வாங்கிவரச் சொல்லட்டுமா மேடம்? கொஞ்சம் அமைதியா இருங்க. அந்த கனெக்ஷன் வேகத்தை இன்னும் கொஞ்சம் அதிகமாக்கட்டுமா?

(பதில் எதுவும் சொல்லாமல் விதுலா கிளம்பிச் செல்கிறாள்.)

காட்சி: ஏழு

(கூடம். அப்பா பற்று வரவு பார்த்துக்கொண்டிருக்கிறார். சோஃபாவின் உறைகளை மாற்றிக்கொண்டிருக்கிறாள் அம்மா.)

அப்பா: இன்னைக்கு அந்தப் பையன் நம்ம வீட்டுக்கு வரானா, என்ன?

அம்மா: யாரு? அஷ்வின்? இல்லையே, எதுக்காக?

அப்பா: அப்படின்னா, யாரை எதிர்பார்த்திட்டிருக்கிங்க?

அம்மா: எதிர்பார்ப்பா? யாரையும் எதிர்பார்க்கலையே.

அப்பா: வேறு எந்தக் காரணத்துக்காக, ஒரேவடியா அடுத்தடுத்து இந்த குஷன் கவர்களை மாத்திகிட்டே இருக்கே? இதுவரைக்கும் மூணு செட் வரைக்கும் மாற்றியிருப்பே.

அம்மா: எனக்கு ஒன்னும் தோணமாட்டுது. அதுக்காகத்தான் இந்த வேலை.

அப்பா: உன் வாய்ல இந்தமாதிரியான வார்த்தைங்கள்ளாம் வரும்ங்கறதே என்னால நெனச்சிப் பாக்கமுடியலை.

அம்மா: முன்ன பின்ன அறிமுகமே இல்லாத அந்தப் பையனோடு அவ தனியா இருக்கப் போறா. அவ சரியான பயந்தாங்கொள்ளி. தொட்டாச் சிணுங்கி. எனக்கு ரொம்ப கவலையா இருக்குது.

அப்பா: ஹேமா ரொம்ப உறுதியான பொண்ணு. எதுக்கும் பயப்படமாட்டா. அவளுக்கு நேர்மாறா இவள். பிள்ளைகளுடைய ஆளுமைக்கும் பெற்றோர்களுக்கும் ஒரு சம்பந்தமும் இல்லைங்கறதுதான் உண்மை. ரெண்டு பேரும் எதிரும்புதிரும இருக்காங்க. *They define themselves against each other.*

அம்மா: அங்க என்ன நடந்ததோ?

அப்பா: இனிமேல என்ன நடக்கப்போவுது? அதிகபட்சமா போனா, அவன் வேணாம்ன்னு சொல்வான். இல்லைன்னா அவள் வேணாம்ன்னு சொல்லலாம்.

அம்மா: இல்லைன்னு சொன்னா, ரெண்டு பேரும் ம்ன்னு சொல்லலாம்...

(அப்பா கோப்பிலிருந்து, ஒரு கடிதத்தை வெற்றிச்சிரிப்போடு எடுக்கிறார்.)

அப்பா: அப்பாடி! கெடச்சிட்டுது பார். இதுதான்னு தெரியும். எங்க போயிடும்? ராமதாஸ் அப்படி ஒரு முட்டாள்தனமான வேலையை –

(ராமதாஸின் பெயரைக் கேட்டதும் தலையைத் திருப்பிப் பார்க்கிறாள் அம்மா.)

அம்மா: என்னாச்சி?

அப்பா: ஹேமா கல்யாணத்துக்கான மொத்த செலவுக்கணக்கு.

அம்மா: ஹேமா கல்யாணச் செலவுக்கணக்கா?

அப்பா: ம். அவ சொல்ற புகாரைக் கேட்டுக்கேட்டு போதும்போதும்னாய்டுச்சி. அவ கல்யாணத்துக்கு நாம செலவே செய்யலைன்னு சொல்லிட்டிருக்காளே. இப்பவே இந்தப் பிரச்சினைக்கு ஒரு முடிவு கட்டிடலாம்.

அம்மா: அவள் கல்யாணத்துக்கு எவ்வளவு செலவாச்சின்னு இப்ப போய் காட்டப்போறீங்களா?

அப்பா: *(கொஞ்சம் பின்வாங்கி)* வேற என்ன செய்யறது? பேச்சு வாங்கிக்கறதுக்கும் ஓர் எல்லை –

அம்மா: நம்ம எல்லாருக்குமே மூளை கொழம்பிப் போயிடுச்சா, என்ன? பதினைஞ்சி வருஷ பழைய புராணத்தை பொரட்டி, இப்ப கணக்கு காட்டப் போறீங்களா?

அப்பா: எனக்கு ஒன்னும் அவசியமில்லை. அவ தொணதொணப்ப கேட்டுக்கேட்டு...

அம்மா: சொன்னா சொல்லிட்டுப் போவட்டுமே. நம்ம பொண்ணு. அவளும் என்னமோ கஷ்டப்பட்டிருக்கா. அதெல்லாம் ஒன்னும் வேணாம். மூடி வைங்க உங்க கணக்கை.

திருமண ஆல்பம்

அப்பா: *(அதிர்ச்சியுற்று)* அப்படியா சொல்றே நீ? அவளுக்குத்தான் காட்டவேணாம்ன்னாலும் நீயாச்சிம் பாரேன். ஒவ்வொரு பைசாவுக்கும் சுத்தமா கணக்கு எழுதி வச்சிருக்கான் ராமதாஸ்...

அம்மா: *(கோபத்தோடு)* போதும் நிறுத்துங்க, ஒங்க ராமதாஸ் புராணத்தை! எந்த ஜென்மத்துல என்ன பாவம் செஞ்சேனோ, பின்னாலயே சுத்திக்கிட்டு வருது...

அப்பா: *(அதிர்ச்சியுற்று)* அடடே, என்ன இது? அப்படி திட்டற அளவுக்கு என்ன பண்ணிட்டான் என் தம்பி?

அம்மா: ஒன்னும் பண்ணலை. நீங்க பாட்டுக்கு ராம்தாஸ் ராமதாஸ்னு பஜனை பண்ணிக்கிட்டு இருங்க...! அவனபத்தி பெருமை பேசறதென்ன, தூக்கிவச்சி புகழறதென்ன! ஆனா, உங்க அருமைத் தம்பி, உங்க முதுகுக்குப் பின்னால என்ன காரியம் செஞ்சி வச்சிருக்கான்னு உங்களுக்குத் தெரியுமா? உங்க பேரெடுத்தாலேயே விஷத்தைத் துப்புவான் அவன். நீங்க அவனைக் கொஞ்சம் தலைமேல தூக்கி வச்சா போதும், ஏறி உக்காந்து எல்லாத்தயும் எண்ண ஆரம்பிச்சிடுவான்...

அப்பா: *(அமைதியான குரலில்)* எனக்குத் தெரியும்.

(அப்பாவின் எதிர்வினையைப் பார்த்து ஆச்சரியப்படுகிறாள் அம்மா)

தெரியும், அப்பவே எனக்குத் தெரியும், போதுமா?

அம்மா: *(என்ன சொல்வதென்று தெரியாமல்)* அப்புறம்?

அப்பா: பாவம், என்ன செய்வது? கடவுளே அவனுக்குத் தண்டன குடுத்துட்டான். பாக்கறதுக்குத்தான் என்னமோ

ஒன்னும் தெரியாதவனாட்டம் இருந்தான். ஆனா எந்த வேலையை எடுத்துக்கிட்டாலும் சரி, கண்ணு பார்க்கிற வேலையைக் கை தானா செஞ்சிடும். என்னைவிட பெரிய புத்திசாலி. என் தகுதியைப் பற்றி அவனுக்கு எந்த உயர்வான அபிப்பிராயமும் இல்லைங்கறதும் எனக்குத் தெரியும்.

(பதில் பேசத் தோன்றாமல், அப்பா சொல்வதைக் கேட்டுக் கொண்டிருக்கிறாள் அம்மா. கூச்சத்தோடு தட்டுத்தடுமாறி அப்பா பேச்சைத் தொடர்கிறார்.)

என் பங்குக்குக் கிடைச்ச அளவுக்கு அவனுக்குக் கிடைக்கலை. என்ன செய்யமுடியும்? என்மீது அவனுக்கு வயிற்றெரிச்சலும் பொறாமையும் இருந்ததுன்னு தெரியும். ஆனா, கூடப் பொறந்த தம்பி. பார்த்துக்கறத தவிர வேற வழியில்லை.

(சட்டென)

இப்ப எதுக்கு அந்தப் பழைய கதையையெல்லாம் தூசுதட்டி எடுக்கிற?

அம்மா: *(மெதுவாக)* அதான் சொன்னனே, மனசு கொதிச்சிட்டிருக்குது.

(தொலைபேசி மணி அடிக்கிறது. அம்மா எடுத்துப் பேசுகிறாள்.)

ஹலோ, நான்தான். அவன் அம்மா பேசறேன். அவன் வீட்டுல இல்லை. மொபைல் நெம்பர் கொடுக்கட்டுமா?... ஓஹோ, ஒரு மீட்டிங்க்காக போயிருக்கிறான். ஒரு மணி நேரம் கழிச்சிப் பேசுங்க...

(ரிசீவரைக் கீழே வைத்தபடி)

இன்னும் அவனுடைய மொபைல் ஸ்விட்ச் ஆஃப்னு ஏன் வருது? தார்வாட் ரெஸ்டாரெண்ட்டில இன்னுமா இருக்கான்? ஹேமா – ரோகித் ரெண்டு பேருக்கும் நான் சொல்லிவச்சிருக்கேன். ரொம்ப நேரம் உக்காந்திருக்க வேணாம், அவுங்க ரெண்டுபேரும் பேச ஆரம்பிச்சதுமே கௌம்பிடுங்கன்னு ரெண்டுரெண்டு தரம் சொல்லியிருக்கேன்.

(நிறுத்தி)

நம்ம ஹேமா அதெல்லாம் ரொம்ப கணக்காதான் இருப்பா. எப்ப கௌம்பணும்ங்கற கணக்குலாம் அவளுக்கு தெரிஞ்சே இருக்கும் . . .

அப்பா: யாரு போன் செஞ்சாங்க?

அம்மா: பெங்களூருலேருந்து. இன்னைக்கு மூணாவது கால் இது. புது வேலையைப் பத்திய விஷயமாம். அர்ஜென்டா பேசணுமாம்.

அப்பா: *Good! Very good!*

அம்மா: நல்லதுதான். ஆனா வேல செய்யவேண்டியது பெங்களூர்ல.

அப்பா: இருக்கட்டும் விடு. அவனமாதிரி திறமைசாலியான பையனுக்கு தார்வாடுல என்னமாதிரியான எதிர்காலம் இருக்கப் போவுது?

அம்மா: *(அடங்கிய குரலில், அதே நேரத்தில் உறுதியாக)* அப்ப நாம என்ன செய்யறது? பெங்களூருக்கு அவன் பின்னாலயே நாமும் போக வேண்டிதுதானா?

(பதில் இல்லை)

நான் பெங்களூருக்கு வரமாட்டேன்.

(ஆழ்ந்த மௌனம்.)

என்னைப் பொறுத்தவரைக்கும் இதுதான் எனக்குக் கடைசி வீடு. நான் இங்கேயிருந்து நகரமாட்டேன்.

அப்பா: அவன் தார்வாடுலேயே வீடு எடுத்தாலும், நம்ம கூடவே இருப்பானோ, இல்ல தனியா வேற வீட்டுல இருப்பானோ?

அம்மா: எனக்கு எந்த மருமகளுடைய ஆதரவும் வேணாம். மருமகளே வான்னு கூப்பிட்டாலும் நான் போகமாட்டேன். குழந்தைங்களைப் பெத்து வளர்த்ததே போதும்... இன்னும் பேரப்புள்ளைங்களுக்கும் கால்கழுவி விட்டுக்கொண்டும் பீத்துணி அலசிக்கொண்டும் நம்மால இருக்கமுடியாது...

அப்பா: *(சிரித்தபடி)* எனக்கு இன்னும் நல்லா நெனப்பிருக்குது. நீ அவனுக்கு ஒருநாள் சோறு ஊட்டிட்டிருந்தே. விது ரொம்ப சத்தம் போட்டு அழுதுகிட்டிருந்தா. நான் அந்த வழியா போனேன்.'என்ன இங்க கலாட்டா,'ன்னு ரொம்ப சத்தமா கேட்டேன். உடனே, விது என் பக்கம் திரும்பி, நல்லா இவ்ளோ நீளத்துக்கு வாய தெறந்து சிரிச்சா. 'நான் அப்பா, விதூ'ன்னு சொல்லி சிரிச்சா. அப்புறம் உன் பக்கமா திரும்பிப் பாத்து மறுபடியும் சத்தமா அழ ஆரம்பிச்சிட்டா. பைத்தியக்காரப் பொண்ணு...

(இருவரும் சிரிக்கிறார்கள். ராதாபாய் வருகிறாள்.)

ராதாபாய்: அம்மா, உங்களுக்கு டீ. *(அப்பாவிடம்)* ஹார்லிக்ஸ். அம்மா, கடைத்தெருவுலேருந்து திரும்பி வரும்போது

திருமண ஆல்பம்

ரெண்டு கிலோ ரவா, நாலு லைட் பல்பு, ரெண்டு தேங்கா வாங்கிட்டு வரணும்ன்னு ஹேமாகிட்ட சொல்லணும். ஞாபகப்படுத்தச் சொல்லி நீங்க சொல்லியிருந்திங்க...

அம்மா: ம். சொல்லி வச்சிருக்கேன்.

(ராதாபாய் திரும்பிச் செல்கிறாள்.)

ஒவ்வொரு தடவயும் ட்ரான்ஸ்பர் வரும்போதெல்லாம், வீட்டவிட்டுக் கௌம்பும்போது விதுவை இடுப்புல தூக்கி வச்சிக்கிட்டு ஒரு எடத்துலேருந்து இன்னொரு எடத்துக்கு அலயவேண்டியிருந்தது. அவள் குட்டிக்கரணம் போடும்போதெல்லாம் 'பை பை' சொல்லணும். இல்லைன்னா அவள அமைதிப்படுத்த முடியாது. மொதல்ல, சமையல் அறையில 'பை பை பல்டி'! அப்புறமா பாத்ரூம். பின்கட்டு விளக்கு. ஆறாறு மாசம்! பாவம்! 'பை பை பல்டி' சொல்லிச்சொல்லியே இளமைக்காலம் ஓடியோ போயிடுச்சி.

(கண்ணீர் பொங்கி வருகிறது.)

அப்பா: இப்ப அதெல்லாம் எதுக்கு? அரசாங்க வேலையில வேற வழியே இல்லை. ட்ரான்ஸ்பரிலிருந்து யாராலும் தப்பிக்க முடியாது. நான் மட்டும்தான் குடும்பத்த விட்டு பிரிஞ்சிருந்தன்னு சொல்லமுடியாது.

அம்மா: இந்த அரசாங்க வேலை யாருக்கு வேணும்? நீங்க மனசு வச்சிருந்தா, எவ்வளவு சம்பாதிச்சிருக்கமுடியும்? முதலிலெல்லாம், நோயாளிங்க உங்கள சுத்தி கூட்டம்கூட்டமா நிப்பாங்க. அப்படி ஒரு கைராசி இருந்தது உங்களுக்கு.

அப்பா: அதுவும் சரிதான்.

அம்மா: ஹுப்ளியை விட்டுக் கௌம்பும்போது, அரசாங்க வேலையை விட்டுடுங்க, ப்ரைவேட் ப்ராக்டிஸ் ஆரம்பிங்க, லட்சுமியே வா வான்னு கூப்பிடறாள்னு தலபாடா அடிச்சிக்கிட்டேன்.

அப்பா: *(கோபத்தோடு)* இருக்கிற அரசாங்க வேலையை விட்டுட்டு மூணு புள்ளைங்களோட நடுத்தெருவுல வந்து நிக்கறதுக்கு, எனக்கு என்ன பைத்தியமா புடிச்சிருந்திச்சி?

அம்மா: நடுத்தெருவுல வந்து ஏன் நிக்கணும்? 'வேலையை விட்டுடு. ரெண்டுபேருமா சேர்ந்து ப்ரைவேட் கிளினிக் ஆரம்பிக்கலாம்,'ன்னு அந்த ஷான்பாக் டாக்டர் உங்க பின்னால அலயா அலஞ்சாரு . . .

அப்பா: அடுத்தவங்களோடு ஒப்பிட்டுப் பார்க்கறதுலயே –

அம்மா: ஆனால், உங்களுக்கு ரிஸ்க்னு சொன்னாலே பயம். எத செய்யறதுக்கும் பயம். நாம விதுவ பார்த்துச் சொல்றோம், சரிதான். ஆனா, அவ உங்களமாதிரியே வளர்ந்துருக்கா.

அப்பா: அப்படின்னா, எல்லாம் என் தப்பு.

அம்மா: நாப்பது வருஷம் ஓடா உழச்சி, கடைசியில என்ன மிச்சம்? நம்முடையதுன்னு சுட்டிக்காட்டிச் சொல்லிக்க சொந்தமா ஒரு வீடுகூட கிடையாது.

அப்பா: அந்த அளவுக்கு உனக்கு வீட்ட பத்திய கனவு இருந்தா, ஹேமாகிட்ட சொல்றேன். அவளுடைய வீட்டுக்காரன், நம்ம பேர்லியே ஒரு வீடு வாங்கித் தரேன்னு சொன்னான் . . .

அம்மா: *(கோபத்தோடு)* ஒன்னும் வேணாம்! சின்னவளா இருந்த சமயத்துல, திக்குதிசை இல்லாதவளப்போல வீடுவீடா அலையவச்சோம். கல்யாணம் நடந்தபிறகு, வெறும் காலோடு அனுப்பிவச்சோம். இப்ப, அவளுடைய கணவனுடைய நன்றிக்கடன் ...

அப்பா: *(கூச்சல் போட்டபடி)* போதும் நிறுத்து! போதும்னு சொல்றனில்லையா? இனிமேல ஒரு வார்த்தைகூட என்னால கேக்கமுடியாது. போதும் போதும்னாய்டுச்சி. உங்களுக்காக ராத்திரியும் பகலுமா வேலை செஞ்சேன். பசியைப் பற்றிக் கவலைப்பட்டதே இல்லை, தாகத்தைப் பற்றிக் கவலைப்பட்டதே இல்லை. வேர்வை சிந்த உழைச்சேன். அதுக்குப் பலனா, இதெல்லாம்? இன்னும் என்னென்ன ...?

(ஹேமா உள்ளே வருகிறாள். அப்பா சட்டென மௌனமாகிறார்.)

ஹேமா: என்ன, என்ன நடக்குது இங்க?

அப்பா: ஒன்னுமில்லை. கும்ப சாந்தி! மௌனம்! நாற்பது வருஷம் குடும்பம் நடத்தியபிறகு, நாம பேசி பகிர்ந்துக்கிறதுக்கு என்ன மிச்சமாயிருக்குது?

அம்மா: என்னாச்சி ஹேமா?

(ஹேமாவின் குரலைக் கேட்டு ராதாபாய் வெளியே ஓடி வருகிறாள்.)

ஹேமா: *Everything is just fine.* நாங்க எல்லாருமே தாராவாட் ரெஸ்டாரெண்டுக்குப் போயிருந்தோம். அதுக்கப்புறமா, அவுங்க ரெண்டு பேரயும் ஒரு இடத்துல தனியா விட்டுட்டு – நானும் ரோகித்தும் எழுந்து வந்துட்டோம். அவ்வளவுதான்.

அம்மா: எப்படி இருக்கான் பையன்?

ஹேமா: வீடியோவுல பார்த்தே இல்லையா, அதேமாதிரியேதான் இருக்கான். வேற எப்படி இருக்கமுடியும்? அதைவிட கொஞ்சம் நல்லாவே இருக்கான்னு வேணும்னாலும் சொல்லலாம். *Very friendly.*

அப்பா: *(பெருமூச்சுவிட்டபடி)* அப்படின்னா நாம கொஞ்சம் ரிலாக்ஸா இருக்கலாம். அந்த குஷன் கவர்ங்கள கொஞ்சம் ஓரமா எடுத்து வச்சிரலாம்.

ராதாபாய்: எல்லாம் கடவுள் கருணை. எல்லாம் நல்லதே நடக்கும்ன்னு நான் ஏற்கெனவே சொன்னேனில்லையா?

(அம்மா மௌனமாக ஸ்வாமிஜியின் படத்தை வணங்குகிறாள்.)

ஹேமா: இப்ப, எல்லாமே அவுங்க கையிலதான் இருக்குது.

(கையில் வைத்திருந்த பையை ராதாபாயிடம் கொடுத்தபடி)

உன் மளிகை சாமான்கள்.

அம்மா: பல்பு வாங்கி வந்திருக்கே, இல்லையா?

(பையிலிருந்து பல்பு வைத்திருந்த உறையை எடுத்து அம்மாவிடம் கொடுக்கிறாள்.)

ராதாபாய்: அந்தச் சின்ன ஏணியை எடுத்து வா.

(ராதாபாய் உள்ளே செல்கிறாள்.)

அம்மா: *(விதுலாவின் அறையை நோக்கிச் சென்றபடி)* விது அறைக்குள்ள புது பல்பு மாட்டணும்...

ஹேமா: ரோகித் இப்ப வந்துடுவான். டாக்ஸிக்கான பணத்தைக் கொடுத்துட்டிருக்கான். அவன்கிட்ட சொல்லேன்.

(அம்மா தலையை அசைத்தபடியே புன்னகையோடு விதுலாவின் அறைக்குள் செல்கிறாள். கண்ணீரைத் துடைத்துக் கொள்கிறாள். ஹேமா ஒன்றும் புரியாமல் அவளையே பார்த்தபடி, மொபைலை எடுக்கிறாள்.)

அப்பா: மூணு புள்ளைங்க. கல்யாணம் நடந்து வெளிநாட்டுல ரொம்ப சந்தோஷமா செட்டிலாய்டுவாங்க. என் *friend* படணேஸ் கதையை சொன்னேனா?

ஹேமா: *(ஆர்வமில்லாமல்)* என்ன அது?

அப்பா: மூணு புள்ளைங்க. எல்லோருக்கும் யு.எஸ்.ல நல்ல வேலை. படணேஸ்க்கு *kidney failure* ஆகி, செத்துடுவான்ங்கற நெலைமைக்கு வந்துட்டுது. மூத்த பையன் வந்தான். ஒரு மாசம் பார்த்திருந்துட்டுப் போனான். படணேஸ் நிலைமை இன்னும் மோசமாய்ட்டே போச்சி. ரெண்டாவது பையன் வந்தான். மூணு வாரம் வந்து இருந்துட்டுப் போனான். அப்புறம் மூணாவது பையன் வந்தான். வந்து இறங்கினதுமே அம்மாகிட்ட 'இந்த தரம் அப்பா போனாதான் உண்டு. இல்லைன்னா, இன்னும் மூணு வருஷத்துக்கு மறுபடியும் வரமுடியாது. அடுத்த லீவ்க்கு மாலத்தீவுக்கு அழச்சிட்டுப் போறதா பொண்டாட்டி புள்ளைங்களுக்கு ப்ராமிஸ் பண்ணியிருக்கேன்னு சொன்னானாம்.

ஹேமா: *(மொபைலில் பேசியபடியே)* அப்பா! இன்னைக்கு, இப்படிப்பட்ட ஒரு சந்தோஷமான நாளில் ஏன் இப்படி ஒரு அபசகுனமான கதையை சொல்றே?

காட்சி: எட்டு

(ஒரு ரெஸ்டாரெண்ட். அஷ்வின் விதுலா)

அஷ்வின்: *நான் அதிகமா பேசமாட்டேன், சிரிக்கமாட்டேன், யார்கூடவும் சீக்கிரமா சேர்ந்துடமாட்டேன்னு நீ நெனச்சிருக் கலாம். உன்னோடு நல்லா பேசி அரட்டையடிக்கணும், அமெரிக்காவுல இருக்கற ஜனங்களுடைய வாழ்க்கையைப் பத்திய விவரங்களயெல்லாம் சொல்லணும்னும் நெனச்சிருக்கலாம். அப்படி உனக்குத் தோன்றுவதுதான் இயற்கை. மனசு வச்சா, I can be quite sociable. நீயே பார்க்கலாம். பார்ட்டிகளில், உறவுக்காரங்களோடும் அறிமுகமில்லாதவங்களோடும்கூட – என்னால இப்படியே கலகலப்பா இருக்கமுடியும்ங்கறதயும், சிரிச்சிச்சிரிச்சிப் பேசமுடியும்ங்கறதயும் நீயே பார்த்தாய், அல்லவா. I can impress people, I can be charming. மனசு வைக்கணும். அவ்வளவுதான். அப்படியிருக்கும்போது, உன்னோடு மட்டும் ஏன் நான் இப்படி இருக்கிறேன்? இந்த கவலை? இந்த மௌனம்? என்ன காரணம்னா, நான் இயற்கையா இருக்கறதே இப்படித்தான். நான் உன்னிடம் நேர்மையா நடக்கணும், பொய்யா நடந்துக்க கூடாது. நான் ஒரு ஆன்மிக நெருக்கடியைக் கடந்து போயிட்டிருக்கேன். எரிமலை கொதிக்கிறமாதிரி உள்ளூரக் கொதிப்பேறிப் போயிருக்கேன். I am boiling inside like a volcano. நான் என் மனசின் சாரத்தைப் புரிஞ்சிக்கிற தேடலில் இருக்கேன். தடுமாறிட்டிருக்கேன். அந்தத் தடுமாற்றத்தில நீயும் பங்கெடுத்துக்கணும்ங்கறதுதான் என் விருப்பம். அது அந்த*

அளவுக்கு எளிதானதல்ல, தெரிஞ்சிக்கோ. நீ என்னைத் திருமணம் செஞ்சுக்கணும்ன்னா, என் ஆழ்மனசின் சஞ்சலத்தைக்கூட நீ ஏற்றுக்கொள்ளவேணும். அது ஒன்னும் அவ்வளவு சாதாரணமான காரியமில்லை. *But, at the end of the day, I believe you'll find it enriching.*

(மொபைல் ஒலிக்கும் ஓசை. எடுத்துப் பேசுகிறான்.)

ஹலோ! ம். உன்னால நம்பமுடியாம இருக்கலாம். ஆனால், நான் தார்வாட்ல இருக்கேன். *A largish city in the backwoods of Karnataka.* அப்புறம், நான் ஏன் இங்கே வந்திருக்கேன் தெரியுமா? கல்யாணம் செஞ்சிக்கலாமா, வேணாமான்னு தீர்மானிக்கறதுக்காக... இல்லை, இல்லை, இல்லை. *No, No...* கல்யாணத்துக்காகக் கெடையாது. செஞ்சிக்கலாமா, செஞ்சிக்கவேணாமான்னு தீர்மானிக்க... இல்லை, இன்னும் தெரியலை. அந்த முடிவை எடுக்கணும்ன்னா ரெண்டுபேரு வேணும், இல்லையா? நான் இங்கே இருக்கேன். விதுலாவும் என் பக்கத்துலதான் இருக்கா. இந்த முடிவுக்கு அவள் ஒப்புக்கொண்டால், எதிர்காலத்துல என்னென்ன நடக்கலாம்ங்கற விஷயங்களை அவளுக்கு எடுத்துச் சொல்லிட்டிருக்கேன்... ஆமாம். ஆமாம். வந்துவிடு. *That will be fine.* வரும்போது ஒரு கொசுவலை எடுத்து வா. தார்வாடுன்னாலே இதுதான், குரங்கும் கொசுவும்! முடியாதுன்னா சொல்றே? *That's pity.* இருக்கட்டும், இங்கேயிருந்து ஷிராலிக்குப் போவலாம்ன்னு இருக்கேன். அங்கே எங்க மடம் இருக்குது. எங்க மதத்தின் குருக்கள் அங்க இருக்காரு. எங்க எல்லாருடைய வேர்களும் இருப்பது

அங்கதான்!... அப்புறமா, மெட்ராஸ்க்குப் போகலாம்ன்னு இருக்கேன்... அதாவது சென்னை. அது அந்த ஊருடைய புதுப் பேரு. இந்தியர்கள் பேர்ங்களை மாத்துவதுல ரொம்ப பிரியமுள்ளவங்க. சாலைகளுடைய பெயர்கள், ஊர்களின் பெயர்கள். பேர் மாத்தறதுக்கு ஏதாவது ஒரு காரணம் கெடைச்சா போதும். விதுலாவுக்கு அதைத்தான் இப்ப சொல்லலாம்ன்னு இருக்கேன். கல்யாணத்துக்கு அப்புறமா, அவளுடைய தலைப்பெழுத்து பெயரை மாத்திக்கணும்ங்கற அவசியமில்லை. மாத்தவும் கூடாது. ம்ஹூம். சென்னை, அப்புறமா கோலாலம்பூர். சரி, பாக்கலாம், பை... நீ போன் பண்ணது நல்லதா போச்சி. பை... அடிக்கடி செய். பை... *(மொபைலை அருகில் வைத்துவிட்டு விதுலாவிடம்...)*

என்ன பத்தி ஒன்னு ரெண்டு விஷயங்களை முதலில் உன்னிடம் சொல்லிடறேன். என்னுடைய *financial situation* பத்தி, *I am rich, I am filthy rich. U.S.* ல கனவுல கூட நினைச்சிப் பாத்திருக்காத அளவுக்கு வெற்றிகரமா வாழ்ந்துட்டிருக்கேன். நான் காலேஜ்ல இருக்கும்போது என் வகுப்புல, என்னைவிட புத்திசாலிப் பசங்க ரொம்ப பேரு இருந்தாங்க. ஏகப்பட்ட பசங்க! ஆனால், அவுங்க எல்லாம் இப்ப எங்க இருக்காங்க? ஆளே காணாம போயிட்டாங்க. ஆனால் நான்? *I have built up a fortune. I can buy up the Congress.* ஒரு விஷயம் மட்டும் சந்தேகத்துக்கு அப்பாற்பட்டது. *The U.S. is God's own country. A land of opportunity.* அமெரிக்கா ஒரு அற்புதமான தேசம். ஆனால் – ஆனால் – ஆனால் – இப்படி ரொம்ப ஆனால்ங்களும் இருக்குது.

முதலாவதா, வெள்ளைத்தோல்காரர்களுடைய யுகம் இப்போது ஒரு முடிவுக்கு வந்துட்டுது. அமெரிக்காவுக்கு வந்து, உழைச்சி, வேதனைப்பட்டுக் கஷ்டப்பட்ட வெள்ளை *immigrant* இப்ப காணாம போயிட்டான். இப்போது, எங்களமாதிரி ஆசியா கண்டத்துக்காரங்க இருக்கறதால, அந்த தேசத்துடைய பொருளாதாரச் சக்கரம், எந்த தடையுமில்லாமல் சுத்திட்டே இருக்குது. அதன் பலனாக நாங்களும் பணக்காரங்களா வளர்ந்திருக்கோம் என்பதும் உண்மை. நாம் இந்தியர்கள்! ஒரு காலத்துல ஐரோப்பியாவில் யூதர்கள் இருந்தாங்க அல்லவா, அவுங்களுடைய இடத்துல நாங்க இருக்கோம். இந்த அல் – காய்தா, ஹிஜபோல்லா மாதிரியான ஜிகாதிகளின் கூட்டம் இந்த உலகத்தையே கலங்கடிச்சாலும் கூட இன்றுவரைக்கும் நாங்க அந்த எக்கானமியை ஜெயிச்சிட்டே இருக்கோம். *By peaceful means.* எங்களமாதிரியான இந்தியர்களைப் பற்றி அமெரிக்காவில் வாழக்கூடிய வெள்ளைக்காரங்களுக்கு நல்ல எண்ணம் இருப்பதற்கான காரணம் அதுதான். நாம் *peaceful citizens.* உழைக்கிறோம். நேர்மையா கஷ்டப்படுறோம். மற்றவங்க விஷயத்துல தலயிடறதில்லை.

முக்கியமா சொல்லணும்ன்னா, இந்தியர்களாகிய நமக்கு ஒரு பெரிய *advantage* இருக்குது. *A unique advantage.* இங்க பாரு, நான் அமெரிக்கா வாழ்க்கையை அணு அணுவா ரசிச்சி சுவைச்சி வாழ்ந்திருக்கேன். *Girl friends, Affairs.* இளம்பெண்கள்! காதலிகள்! எல்லாமே ஒரு இரவுத்தேவை! எல்லாத்தயும் அனுபவச்சிப் பார்த்தாச்சி.

அனுபவச்சி ஒரு விஷயத்தைப் புரிஞ்சிக்கிட்டேன். அந்த வாழ்க்கையில எந்த அர்த்தமும் இல்லை. அர்த்தமே இல்லாத இருப்பு அது. வெறும் அலங்காரம். சத்தம். அவ்வளவுதான் புரியுதா? அலங்காரம். சத்தம். ஆனால் அடிப்படை மதிப்பீடுகளே இல்லாத வாழ்க்கை முறை இது. *The western civilization is collapsing.* ஐரோப்பாவில தொழிற்புரட்சி உண்டான சமயத்துல அவுங்க மதங்களை விட்டு வெறும் பொருளாதார மதிப்பீடுகளை மட்டும் எடுத்துக்கிட்டாங்க. அதனால பெரிய பொருளாதார வளர்ச்சி உருவானது என்பது உண்மைதான். ஆனால், அதே பொருளாதாரம் மேற்குலக வாழ்க்கையின் கழுத்துல கயிறா மாறி இறுக்கிட்டிருக்குது. அவுங்களுக்கு ஆன்மிக வேர்களே இல்லை. கடவுள் இல்லாத, நீதி இல்லாத உலகத்தில அவுங்க மிதந்துக்கிட்டிருக்காங்க.

டாய்ன்பீ படிச்சிருக்கியா? ஆர்னோல்ட் டாய்ன்பீ? இல்லையா? நீ படிக்கணும். அவனை மேற்குலகத்து மக்கள் மறந்து போயிருக்காங்க. வேணும்னே மறந்துபோயிட்டாங்க. ஆனா, நீ அவுங்கள படிக்கணும். நீ அமெரிக்காவுக்கு வரும்போது – *(சிரித்து)* வந்தா – டாய்ன்பீயுடைய எல்லா தொகுதிகளையும் உனக்குப் படிக்க கொடுக்கிறேன்...

மெதுமெதுவா – பல வேதனைகளைத் தாங்கிக்கொண்டு, பல விதமா மனசோதனைகளில் ஈடுபட்டு – நான் கண்டறிந்த உண்மை என்னன்னு சொன்னா, இந்த உலகத்தையே இந்தியப் பண்பாடுதான் காப்பாத்தணும்ங்கறதைத்தான். நீதிநெறிமுறைகளின் சரிவு இந்த உலகத்துல உருவாகக்

கூடாதுன்னு சொன்னா, அதற்கான சக்தி நமது பழைய இந்தியப் பண்பாட்டுக்கு இருக்குது.

அந்தக் காரணத்துக்காகத்தான், என் வாழ்க்கையில பங்கெடுக்க போகிறவளைத் தேடி, இங்கே தார்வாடுக்கு வந்திருக்கேன்.

உனக்குத் தெரிஞ்சிருக்கலாம். மும்பையிலிருந்தும் பெங்களூரி லிருந்தும் ஏகப்பட்ட பொண்ணுங்க வந்திருந்தாங்க. நல்ல நல்ல இடங்கள். அதுமட்டுமில்லை, அமெரிக்காவிலேயே நிரந்தரமா வாழ்ந்துட்டிருக்கிற குடும்பங்களும் இருக்குது, அல்லவா? ஏனென்றால், இங்கே இன்னும் புனிதத்தின் மீது நம்பிக்கை இருக்குது. களங்கமின்மை இருக்குது. உன்னைப்போல ஒரு இளம்பெண், ஒரு ஆரியப் பெண்ணுக்குரிய உயர்வான லட்சியங்களையெல்லாம் மனசுக்குள்ளே வச்சிருப்பாள். ஒரு தாயா, ஒரு மனைவியா, ஒரு மகளா. களங்கமில்லாத அந்தப் பெண்மை இருக்குதே, அது நமது இந்தியப் பண்பாட்டின் அடையாளம்.

இந்த இடத்துல உனக்கு ஒரு விஷயத்தைப் பற்றிச் சொல்லியாகணும். மேற்கு நாகரிகத்திலிருந்து நாம் கற்கவேண்டிய விஷயங்கள் இன்னும் பல இருக்குது. அதில ஒரு சந்தேகமும் இல்லை. *Efficiency, Planning*. அதனாலதான், நம்மைவிட ரெண்டு அடி முன்னால அவுங்க இருக்காங்க. எடுத்துக்காட்டுக்குச் சொல்லணும்ன்னா, உங்க அண்ணன் – ரோகித் – இத்தனாந் தேதி, இத்தனை மணிக்கு வரேன்னு கோவிந்த மாமாகிட்ட சொல்லிட்டு, அதுக்கப்புறமா வரவே இல்லையாம். ஏன்? செல் ஃபோன்கள் இருக்கக்கூடிய இந்த

காலத்துல அப்படி ஏன் நடந்துக்கணும்ங்கறத புரிஞ்சிக்கறது கஷ்டம். இது நமது இந்தியர்களுடைய பலவீனம். அதைவிட முக்கியமான விஷயம் என்னன்னா, உன் பாஸ்போர்ட் இன்னும் தயாராகலை! உன் குடும்பத்துல அதைப்பற்றி யாருமே ஆர்வம் காட்டலைங்கறதுதான் எனக்கு ஆச்சரியமா இருக்குது. நீ இன்னும் அப்ளை பண்ணவே இல்லைங்கற விஷயத்த நான் முதன்முதல் கேள்விப்பட்ட சமயத்துல எவ்வளவு ஆச்சரியமா இருந்திருக்கும், எவ்வளவு நிராசையா இருந்திருக்கும், நீயே யோசிச்சி பாரு. இதனுடைய விளைவு இப்ப என்ன தெரியுமா? நம்ம கல்யாணத்துக்குப் பிறகு, நீ அங்கே வருவதற்கு எவ்வளவு வாரம் ஆகும்ங்கறத சொல்றது கஷ்டம். இங்க பாரு, எனக்குத் தெரியும். நமக்குக் கல்யாணம் நடந்து முடியறவரைக்கும் நீ விசாவுக்கு அப்ளை பண்ணமுடியாது. உண்மைதான். ஆனால், பாஸ்போர்ட்? உனக்கு அமெரிக்கா வருவதைப் பற்றி ஆர்வமிருக்கிற மாதிரியாவது காட்டியிருந்திருக்கலாம் அல்லவா? எனக்கு எவ்வளவோ சந்தோஷமா இருந்திருக்கும். எவ்வளவோ அமைதி கிடைச்சிருக்கும்.

I don't want to make a mountain out of a milehill. ஆனால், you see what I mean.

சரி, அது போகட்டும், இதை ஒரு கல்யாணம்ன்னு நெனச்சிக்கவேணாம். - இது ஒரு mission - நமது பழக்கவழக்கங்கள், பண்பாட்டுப் பெருமை போன்ற அம்சங்களையெல்லாம் மேற்குலகத்துக்கு எடுத்துச் சென்று, அங்கே சரிந்துகொண்டிருக்கும் பண்பாட்டைக்

காப்பாற்றுவதில் நீ என்னுடைய கூட்டாளியா இருக்கணும், இதுதான் என் ஆசை. என் மனசுடைய துடிப்பு.

(அவன் பேசிக்கொண்டிருக்கும்போதே மொபைல் எடுத்து, எண்ணைத் தேடுகிறான்.)

இந்த விஷயங்களைப் பத்தியெல்லாம் வீடியோ, ஈமெயில், செல்ஃபோன் மூலமா பேசமுடியாது. மொத்த குடும்பமும் ஒன்னா சேர்ந்து உக்காந்து கேக்கக்கூடிய விஷயமில்லை இது. இது என் மனசிலேருந்து உன் மனசுக்கு நிகழக்கூடிய கம்யூனிகேஷன். என் இதயத்துடைய ஆழத்திலேருந்து பொங்கிவரக் கூடியது. இதைப் பற்றியெல்லாம் நான் இதுவரைக்கும் யாரிடமும் பேசியது கிடையாது. உன் முன்னாலதான் மனசு திறந்து பேசியிருக்கேன். உனக்காக மட்டும்.

உனக்குச் சம்மதம் இல்லைன்னா, இல்லைன்னு சொல்லிவிடு. தயக்கம் வேண்டாம். இது நம்ம ரெண்டுபேருடைய வாழ்க்கையைப்பற்றிய விஷயம். அதைப்பற்றி நாம நம்ம மனசுக்கு நேர்மையா பேசிக்கவேணும். நாம இங்க சந்தித்துக்கொண்டதே அதுக்காகத்தான். நான் சொன்ன ஒவ்வொரு அம்சமும் உனக்குச் சரின்னு பட்டா மட்டும் நாம ரெண்டு பேரும் கல்யாணம் செஞ்சிக்கலாம். இது ஒரு பெரிய பொறுப்பு. நல்லா யோசிச்சிப் பாரு. யோசிச்சி முடிவெடு. உனக்கு வேணாம்னு தோணிச்சின்னா, சொல்லு. *We'll part friends.*

(மொபைலைக் காதோடு வைத்து)

ஹலோ, ஜொனதன், நான் அனுப்பிய ஈமெயில் கிடைச்சிதா?

(விதுலா எதுவும் பேசாமல் உட்கார்ந்திருக்கிறாள்.)

காட்சி: ஒன்பது

(கூடம். தரையில் ஒரு சூட்கேஸ். நல்ல புத்தாடை உடுத்திக்கொண்ட அப்பா, ஏதோ ஒரு பொதுக்கூட்டத்தில் பேசுவதற்குச் செல்வதுபோல தயாராகி சோஃபாவில் உட்கார்ந்திருக்கிறார். முகம் எந்த உணர்ச்சியையும் காட்டவில்லை. ஹேமா ஒரு சூட்கேஸில் உடைகளை வைத்து அழுத்துகிறாள். ஆனால் எவ்வளவோ முயற்சி செய்தும், பெட்டியை மூட முடிவதில்லை.

வெளியே கார் ஹார்ன் அடிக்கும் சத்தம். ஹேமா முன்வாசல்வரைக்கும் சென்று பேசுகிறாள்.)

ஹேமா: சரி சரி, இதோ வந்துட்டோம்.

(மீண்டும் ஹார்ன் சத்தம். அவள் மேலும் குரலை உயர்த்திப் பேசுகிறாள்.)

கேட்டுது. அந்த ஹார்ன் அடிக்கறத கொஞ்சம் நிறுத்துங்க. இதோ வரோம்.

(வீட்டின் உள்பக்கமாகத் திரும்பி)

ரோகித், விதுலா, டாக்ஸி வந்துட்டுது. ராதாபாய்!

(சூட்கேஸ்மீது உட்கார்ந்து மூடியை அழுத்துகிறாள். ராதாபாய் வருகிறாள்.)

ராதாபாய், இந்த மூடியை மூட முடியலை. இதும் மேல கொஞ்சம் உக்காரு, வா.

(அதற்குள் துணிகளை வைத்து அடுக்குகிறாள். சிரித்தபடியும் வெட்கப்பட்டபடியும் பெட்டியின் மேல்பக்கம் உட்கார்கிறாள் ராதாபாய்,)

அம்மா எங்கே?

ராதாபாய்: படுத்திருக்கணும், பாவம்! பொண்ண அனுப்பிக்குடுக்கறது ...

ஹேமா: ராதாபாய், ஒரு விஷயம் நினைவிருக்குதா? நாங்க ஸ்டேஷனுக்குப் போய் வருவதற்குள் அந்தப் பக்கத்துவீட்டுப் பையன் வந்தாலும் வரலாம், விவான்.

ராதாபாய்: அதான் தினமும் ரெண்டுதரம் வரானே. வந்து புத்தகம் எடுத்துக்கொண்டு போறான். அவ்வளோ தடித்தடிப் புத்தகங்களையெல்லாம் உண்மையாவே படிச்சிமுடிப்பானா? ஒன்னு, ரொம்ப புத்திசாலியா இருக்கணும், இல்லைன்னா அடிமுட்டாளா இருக்கணும்.

ஹேமா: அவனேதான். அவன் ஏதாச்சிம் புத்தகம் கொண்டாந்து குடுத்தாலும், வாங்கி வேற யாரிடமும் கொடுத்துவிடாதே, வாங்கி எனக்காக ஒரு பக்கமா வை.

ராதாபாய்: கொடுக்கறதுக்கு யாரு இருக்காங்க இங்கே? விதுலாவும் ரோகித்தும் பெங்களூருக்குக் கௌம்பறாங்க. அம்மா பேசாம படுத்துட்டிருப்பாங்க. உன்னை விட்டா வேற யார் இருக்காங்க?

(இதற்குள் இருவரும் சேர்ந்து சூட்கேஸை அழுத்தி மூடியபிறகு பூட்டுகிறார்கள். ராதாபாய் எழுந்து)

முடிஞ்சிதா?

ஹேமா: ம்.

(ராதாபாய் சமையலறைக்குள் செல்கிறாள். ரோகித் இரண்டு சக்கரங்கள் பொருத்தப்பட்ட சூட்கேஸை இழுத்துக்கொண்டு வருகிறான். ஹேமா மொபைலில் எண்களை அழுத்துவதையே பார்த்தபடி நிற்கிறான். சிறிது நேரத்துக்குப் பிறகுதான், அவன் வருகையை உணர்ந்த ஹேமா, அவனைப் பார்த்துச் சிரிக்கிறாள்.)

என்னமோ, திடீர்னு நெனச்சிக்கிட்டேன். அங்க இந்நேரம் நடுராத்திரி. மெசேஜ் அனுப்பினேன்.

ரோகித்: *(அடங்கிய குரலில்)* எப்ப சொல்லப் போறே?

ஹேமா: *(ஒன்றும் தோன்றாமல்)* சொல்றேன்டா...

ரோகித்: எல்லார்முன்னாலயும் வச்சி ஸ்டேஷன்ல சொல்லப் போறியா? அந்தப் பொறுப்பையெல்லாம் எங்கிட்ட விட்டுடாதே. பெங்களூர்ல என்னால தனியா ஒரு ஆளா கேக்கமுடியாது.

(ஹேமா சரி என்பதுபோல தலையை அசைக்கிறாள். சூட்கேஸ்கள்மீது எழுதப்பட்டிருந்த லேபிள்களைப் படிக்கிறாள்.)

ஹேமா: இது என்ன, விது? You are the limit. எல்லா லேபிள்மீதும் ‘விதுலா நாடகர்ணி’ன்னு எழுதியிருக்கே...

விதுலா: *(உள்ளிருந்தபடி)* 'ஆரம்பத்தில உனக்கு இருந்த சர்நேம் அப்படியே இருக்கட்டும், மாத்திக்கவேணாம்'ன்னு அஷ்வின் சொல்லிட்டான்.

ஹேமா: இருக்கலாம். ஆனால், அதெல்லாம் நீ அமெரிக்காவுக்குப் போன பிறகு. உன் பாஸ்போர்ட்டுல உன் கணவனுடைய சர்நேம் இருக்குது. டிக்கட் கூட விதுலா பன்ஜிங்கற பேருலதான் இருக்குது!

ஹேமா: உன் *official* பெயரையே மறந்துட்டியா?

விதுலா: இந்த ராமதாஸ் சித்தப்பா பிரச்சினை வந்ததிலிருந்து எனக்கு எல்லாமே என்னமோ மாதிரி இருக்குது ... என்னுடைய பெயர் என்னிடமிருந்து கொஞ்சம் கொஞ்சமா நழுவிப் போயிட்டமாதிரி இருக்குது. சரி விடு, லேபிள திருத்திடறேன். பேனா எங்கே? எடுத்துவரேன் இரு.

ஹேமா: இப்ப வேணாம், பைத்தியமே. டிரெய்னுக்கு நேரமாய்டுச்சி. நாளைக்கு பெங்களூருல அந்த வேலையெல்லாம் செய். ஒருநாள் முழுக்க என்ன செய்யப் போறே?

(சட்டென்று)

விது, நானும் ரோகித்தும் உன்னிடம் ஒரு விஷயம் பேசணும்ன்னு நெனச்சிட்டிருந்தோம் ...

விதுலா: இப்பவா? டிரெய்னுக்கு நேரமாவுது, அல்லவா?

ஹேமா: ரோகித், கொஞ்சம் இங்க வரியா?

(விதுலாவிடம்)

இந்த விஷயத்தைெயல்லாம் இப்படி அவசரகதியில பேசக்கூடாதுதான். ஆனால் என்ன செய்யமுடியும்? வேற வழியே இல்லை. அதுமட்டுமில்ல, சில விஷயங்களைப்பற்றி பேசறது அவ்வளவு சுலபமில்லை...

(சோஃபாவில் உட்கார்ந்து விதுலாவையும் தனக்கு அருகில் உட்காரவைத்துக்கொள்கிறாள். ரோகித் வந்து அவர்களுக்குப் பின்னால் நின்றுகொள்கிறான்.)

விதுலா: இது என்ன? என்னமோ கெட்ட சேதியைச் சொல்லவரமாதிரி...?

ஹேமா: சீ, விட்டேன்னு சொல்லு. கெட்ட சேதி எதுவும் கிடையாது. *(நிறுத்தி)* இங்க பாரு, இது அஷ்வின் சம்பந்தமான விஷயம். எப்படி நடக்குது உங்க குடும்ப வாழ்க்கை?

விதுலா: *(சிரித்தபடி)* என்ன கேட்கிறாய்? உங்களுக்கெல்லாம் தெரியாததா என்ன? அவன் அங்கே. நான் இங்கே. நான் எப்ப அங்கே வந்து சேருவேன்னு காத்திருக்கான் அவன்.

ஹேமா: புறப்பட்டு போகிறதுக்கு முன்னால் எப்படி இருந்தான்? அதாவது உங்க ரெண்டுபேருக்கு நடுவுல...

விதுலா: ஓட்டலில் எட்டு நாட்கள். அது குடும்பவாழ்க்கையோ, விடுமுறையோ, ஒருவருக்கொருவரை அறிமுகம் செஞ்சிக்கற சடங்கோ, எனக்கு எதுவும் புரியலை.

ரோகித்: அந்த எட்டுநாளும் அவன் உன்னோடு பேசவே இல்லைன்னு சொல்லிட்டிருந்தே...

விதுலா: பேசறதுக்கு என்ன இருந்தது? அதில அவன்மேல் என்ன தப்பு? அந்த ஊருல ஒன்னா இருக்கும்போது பேச்சுவார்த்தைலாம் அப்படித்தான் ஆகும்ன்னு சொல்லியிருக்கான் . . .

ஹேமா: அதுதான், அதுதான் . . . இப்ப நீ அங்க போய்ச் சேர்ந்து ஒன்னா இருந்திங்கன்னா, எல்லாம் சரியாயிடும் . . . அதுமட்டும் உறுதி. ஆனால், ஒருவேளை, ஏதாச்சிம் பிரச்சினையாச்சின்னா, உங்க ரெண்டுபேருக்கு நடுவுல ஏதாவது விரிசல் உருவாச்சின்னா –

விதுலா: ஏன் உருவாகணும்?

ரோகித்: போய் இவ்வளவு நாளாவுது. சரியா, ஒரு மூணு ஈமெயில் கூட அனுப்பலை. ஃபோன் பண்ணறதுக்கு என்ன குறை?

விதுலா: *(சிரித்தபடி)* அவன் என்னை எதிர்பார்த்திட்டிருப்பான், சொன்னேனில்லையா?

ஹேமா: நீ போய் அங்க சேர்ந்துட்டா, எல்லாம் சரியா போயிடும்ங்கற நம்பிக்கை எங்களுக்கும் இருக்குது. ஆனாலும் ஏதாச்சிம் பிரச்சினை வந்தா . . .?

விதுலா: ஆனால் –

ஹேமா: அவனை விட்டுப் பிரிஞ்சி வந்துடு. நீ ரொம்ப பயந்தாங்கொள்ளி. மக்கள் என்ன சொல்வாங்கன்னு நெனச்சிப் பயந்து கொடுமைகளைச் சகிச்சிக்க வேணாம். நாங்க என்ன சொல்வோம்ன்னு நெனச்சிப் பயப்படவும்

வேணாம். நீ என்னவிதமான முடிவை எடுத்தாலும், நாங்க எல்லோரும் உனக்குப் பின்னால இருக்கோம்.

(மௌனம். விதுலாவிடமிருந்து எவ்விதமான எதிர்வினையும் இல்லை.)

ரோகித்: இது இருபத்தோராவது நூற்றாண்டு. டைவர்ஸ் வாங்கிக்கறதுல எந்தவிதமான அவமானமும் இல்லை. *Divorce him, if you feel so ...*

ஹேமா: தைரியமா இரு. எங்களை நம்பு.

(ஆழ்ந்த மௌனம்.)

விதுலா: *(அமைதியான குரலில்)* நான் அஷ்வினுக்கு எந்த காலத்திலயும் டைவர்ஸ் தரமாட்டேன்.

ஹேமா: *(தன் தைரியத்தை இழந்தவளைப்போல, தாழ்ந்த குரலில்)* இப்ப டைவர்ஸ் கொடுன்னு நான் சொல்லவரலை ...

ரோகித்: அந்த அளவுக்கு வராம இருந்தா எங்களுக்கும் மகிழ்ச்சிதான் ...

விதுலா: அஷ்வின் ரொம்பப் பேசற ஆள் இல்லைங்கறது உண்மைதான். ஆனால், திருமண வாழ்க்கையில தன்னுடைய விருப்பம் என்னன்னு அவன் முதலிலேயே சொல்லிட்டான். நானும் அதை ஒத்துக்கிட்டேன். இப்ப, அந்தப் பேச்சு வந்ததால இன்னொரு விஷயத்தையும் சொல்றேன் ... நான் என் புருஷனுடைய சர்நேமையே வச்சிக்கறேன். *(நிறுத்தி)* நான் மீன் சாப்படறதையே விட்டுட்டேன்.

ஹேமா: ம். கேள்விப்பட்டேன்.

விதுலா: *(சிரித்தபடி)* என் மனசு ரொம்ப அலைபாய்ஞ்சிக்கிட்டே இருக்கும்ன்னு சொல்லிட்டே இருப்பிங்க... இப்ப நான் என் மனச உறுதியா வச்சிக்கறேன். கேக்க சந்தோஷமா இல்லையா?

ரோகித்: அவன் ஏதாச்சிம் உன் வார்த்தையைக் கேக்காம நடந்துக்கறானா?

விதுலா: அவன் என் கணவன். நான் அவனுடைய வார்த்தையை நம்பியே ஆகவேண்டும்.

(எழுந்து) கிளம்பலாமா? பயப்படாதே ஹேமாக்கா. நான் எல்லாத்தயும் சமாளிச்சிக்கறேன்.

ரோகித்: *(சத்தமாக)* அம்மா, கிளம்பலாமா?

(சூட்கேஸை இழுத்துக்கொண்டு வெளியே செல்கிறான்.)

விதுலா: சரி ஹேமாக்கா, தேங்க் யூ. நான் கிளம்பினபிறகு ஒரு வாரம் இங்கேதானே இருப்பே. அம்மாவுக்கு நீதான் வேணும். உனக்கு எந்த அளவுக்கு அன்பை கொடுக்கவேண்டுமோ, அந்த அளவுக்குக் கொடுக்கலைங்கறதுல அவளுக்குப் பெரிய குற்ற உணர்வு இருந்தது. என்னைவிட அவளுக்கு உன்னுடைய துணைதான் அவசியம். எப்பவுமே அப்படித்தான். தயவு செஞ்சி புரிஞ்சிக்கோ.

ஹேமா: *(துயரத்துடன்)* சரி ஆகட்டும். *(சிரித்து)* நாளைக்கு நானும் அவுங்களுமா தனியா இருக்கிற நேரம் பார்த்து ராதாபாய் கதை என்னன்னு கேட்டுடறேன். அப்பவாவது

நேருக்குநேரா பதில் சொல்றாளோ, இல்லை பேச்சைத் திசைதிருப்பிடுவாளோ என்னமோ.

(இருவரும் சிரிக்கிறார்கள். வெளியே மோகனும் மீராவும் பேசிக்கொள்ளும் சத்தம் கேட்கிறது. இருவரும் திகைத்து நின்று பார்க்கிறார்கள். ரோகித் ஓடிவருகிறான்.)

ரோகித்: அநதப் பாவி! இந்த சமயத்துல! *I can't believe it!*

(விதுலா உள்ளே ஓடிச் செல்கிறாள். வெளியே மோகனும் மீராவும் வருகிறார்கள்.)

மோகன்: ஆ, நீங்க இன்னும் கௌம்பாதது, ரொம்ப நல்லதா போச்சி.

ரோகித்: *(குத்துவதுபோல)* கிளம்பிட்டே இருக்கோம். அம்மாவுக்காகக் காத்திட்டிருக்கோம்.

மீரா: உங்கள சந்திக்கலாம்ன்னு ஸ்டேஷனுக்குப் போனோம். ஆனா, டிரெய்ன் அரைமணிநேரம் லேட்னு சொன்னாங்க. இங்கயே வந்துட்டோம்.

மோகன்: நீங்க வீட்டுலேருந்து கௌம்பி போயிருந்திங்கன்னா, எங்க பார்க்கவே முடியாம போயிடுமோன்னு பயந்துகிட்டே யிருந்தோம் . . .

ஹேமா: வாங்க, உக்காருங்க.

மோகன்: வேணாம், வேணாம். நாங்க உங்களுக்குத் தொல்லை கொடுக்கணும்ன்னு வரலை. நான் இப்பதான் ஹைதராபாத்துக்கு போன்ல பேசினேன். கோபால் மாமாகிட்ட பேசினேன். பெங்களூருல அவருடைய அழகான

கெஸ்ட் அவுஸ் ஒன்னு இருக்குது. ரோகித், நாளைக்கு நீயும் விதுலாவும் அங்கயே தங்கிக்கலாம் இல்லையா?

ரோகித்: வேணாம், வேணாம், நாங்க மல்லேஸ்வரத்துல எங்க கசின் இருக்காரு. அங்க வரோம்ன்னு ஏற்கெனவே சொல்லிவச்சிருக்கோம்...

மோகன்: எந்த கசின், அந்த குல்வாடியா?

மீரா: ஐயோ, அவுங்களுடையது two bedroom flat ரொம்ப சின்னது. மூக்குத்துளைமாதிரி. அதுலயே அவுங்க அஞ்சிபேரு நெருக்கியடிச்சிக்கிட்டு இருப்பாங்க. அங்க போனா, உங்க லக்கேஜ்களை வைக்கக்கூட இடமிருக்காது.

மோகன்: ஹுப்ளி ஸ்டேஷன்லயே காத்திருந்து உங்கள நாங்க பார்த்திருக்கலாம். ஆனா, இங்க வந்து, உங்ககிட்டயும் ஒரு வார்த்தை கலந்துபேசி தெரிந்துகொண்டு, மாமாவுக்குச் சொல்லலாம்ன்னு நெனச்சோம். *He can inform his staff in Bangalore.* நாளைக்குக் காலையில அவருடைய கார் ஸ்டேஷனுக்கே வந்து உங்களை கெஸ்ட் அவுஸ்க்கு அழைச்சிட்டுப் போயிடும். ரொம்ப வசதியா இருக்கும்.

ரோகித்: வேணாம், ப்ளீஸ். அவுங்ககிட்ட வேணாம்ன்னு சொல்லிடுங்க...

ஹேமா: *(ரோகித் பேசும்போதே குறுக்கிட்டு)* அவுங்க சொல்றதும் சரிதான் ரோகித், *(மோகனிடம்)* ஆனா, உங்களுக்கு எதற்கு வீணா கஷ்டம்?

கிரீஷ் கார்னாட்

ரோகித்: அதுமட்டுமில்ல, அது அந்த மார்வாடி *firm* க்கு சொந்தமான கெஸ்ட் அவுஸ். நாம எதுக்கு அவுங்களுடைய உபசாரத்தை ஏற்றுக்கொள்ளணும்?

மோகன்: *Office accommodation. Officail vehicle. Official perks* னு இருப்பதே அதற்காகத்தானே. *Nothing personal there.*

மீரா: அங்க ஆட்டோ டிரைவர்கூட வீணா பேச்சு கொடுத்து வம்புக்குள்ள மாட்டிக்கற பிரச்சினையெல்லாம் இருக்காது. கார் வந்து உங்களுக்காக அங்கே காத்திருக்கும்.

மோகன்: *Good!* அப்புறமென்ன? நீங்க ஒத்துக்கிட்டிங்கன்னு சொல்லிடறேன். அது சரி, உங்க லக்கேஜ் எவ்வளவு எடையிருக்கும்ன்னு பார்த்திங்களா? டிரெய்ன்ல பெட்டிக்குள்ள ஏறுவதற்கு முன்னால எக்ஸ்ட்ரா லக்கேஜ்ங்களுக்குக் கட்டணம் கட்டிடுவது நல்லது. இல்லைன்னா, உயிரை வாங்கிடுவாங்க.

ரோகித்: அதுக்காகத்தான் அம்மாவை சீக்கிரமா கௌம்பணும்ன்னு சொல்லிட்டிருக்கேன்.

மோகன்: அம்மாவை எதுக்கு அவசரப்படுத்தணும்? நாங்க இங்க எதுக்கு இருக்கறோம்? உங்க லக்கேஜ்ங்கள எல்லாம் வெளியே டாக்ஸிக்குள்ள ஏத்திட்டிங்களா?

ரோகித்: ஆமாம்.

மோகன்: அப்படின்னா இப்படி செய்யலாம். நானும் மீராவும் உங்களுடைய டாக்ஸியை எடுத்துக்கொண்டு முன்கூட்டியே கௌம்பறோம். லக்கேஜை எடைபோட்டுப் பார்த்துட்டு

ரசீது வாங்கி வச்சிருக்கோம். நீங்க எங்களுடைய கார்ல பொறுமையா அவசரமில்லாம வாங்க. எப்படியா இருந்தாலும் டிரெய்ன் லேட்டாதான் வரப்போவுது.

ரோகித்: ஐயையோ, அது எப்படி ...?

மோகன்: *Don't worry.* நாங்களே பார்த்துக்கறோம்.

(அம்மா வருகிறாள். கையில் ஆரத்தி தட்டு. அவள் பின்னாலேயே ராதாபாய். மோகன் மற்றும் மீராவைப் பார்த்ததும், அம்மா ...)

அம்மா: உக்காருங்க. இதோ வந்துடறேன். *(அழைத்தபடி)* விதூ – ஆரத்தி எடுக்கணும் வா.

மோகன்: வேணாங்க. ஸ்டேஷன்ல சந்திக்கலாம்.

(அப்பாவோடு ஒட்டியபடி விதுலா வருகிறாள். கண்ணீரைத் துடைத்துக்கொள்கிறாள்.)

ராதாபாய்: வா விது, கிழக்குப் பக்கமா முகம்பார்த்து நில்லு.

(விதுலா கிழக்குத்திசையைப் பார்த்தபடி நிற்கிறாள்.)

மோகன்: *(ரோகித்திடம்)* எங்க டிரைவர் இருப்பான்.

(மீராவும் மோகனும் வெளியே செல்கிறார்கள்.)

ரோகித்: எவ்வளவு இன்செண்டிவா இருக்காங்க இவுங்க!

ஹேமா: அவுங்க சொல்றதென்னமோ சரிதான். ஆனா, அவுங்களை முன்னால அனுப்பிட்டு, நீங்க பின் தங்கறது சரியில்லை.

ரோகித்: *(நீண்ட பெருமூச்சை விட்டு)* அதுவும் சரிதான். அம்மா, நான் அவுங்க கூடவே ஸ்டேஷனுக்குப் போறேன். அப்பா, விதுலாவை பெங்களூர் வரைக்கும் அழச்சிம்போயி விட்டுட்டு வரேன். நாளைக்கு மறுநாள், இல்லைன்னா ஒன்னு ரெண்டு நாள் கழிச்சி வரேன்.

(கிளம்பிச் செல்கிறான். விதுலாவுக்கு ஆரத்தி எடுக்கிறாள் அம்மா. அவளுடைய நெற்றியில் குங்குமம் வைத்துவிட்டு, தட்டை ராதாபாயிடம் கொடுக்கிறாள். விதுலா அம்மாவின் காலைத் தொட்டு வணங்கிவிட்டு, அவளை அணைத்துக்கொள்கிறாள். அப்பாவின் காலில் விழுகிறாள்.)

அப்பா: *Marriage is a gamble.* ஒத்துக்கொள்ளத்தான் வேணும். திருமணம் ஒரு சூதாட்டம்.

(அம்மா விதுலாவைத் தன்னருகில் சோஃபாவின் மீது உட்காரவைத்துக்கொள்கிறாள்.)

அம்மா: நீ கௌம்பி நிக்கிறே. கொஞ்ச நேரம் அக்கடான்னு உக்கார்ந்து கலகலன்னு பேசறதுக்குக்கூட எனக்கு நேரமில்லாம போச்சி. நான் என்ன சொல்றது? என் வாழ்க்கை என்னமோ முடிஞ்சிபோச்சி. பி.ஏ.வைக் கூட முடிக்கவிடலை அப்பா. ஹேமா பொறந்தா. அதுக்கப்புறமா நீங்க எல்லாரும். நான் என் வாழ்க்கையில எதுவுமே சாதிக்கலை. உங்களுக்காக எதையுமே செய்யலை. நெருக்கடிகளிலேயே வாழ்க்கை முடிஞ்சிட்டுது. நீங்களாச்சிம் ஏதாவது சாதிப்பிங்கன்னு நெனச்சிட்டிருந்தேன். இந்தக் காலத்துல, உலகத்திலே எப்படிப்பட்ட வாய்ப்புகளெல்லாமோ இருக்குது. அதையெல்லாம் எங்களால கனவுலகூட

நெனச்சிப் பார்த்திருக்க முடியாது. ஹேமா எவ்வளவு அழகான பொண்ணு. அறிவாளி. குடும்பப்பாங்கான பொண்ணுன்னு பேரெடுத்தாவே போதும்னு நெனச்சிட்டா. நீ மனசு வச்சிருந்தா எதை வேணும்ன்னாலும் செஞ்சிருக்கலாம். ஆனா, எந்த விஷயத்திலயும் ஒரு ஆழ்ந்த கவனம் என்பதே இல்லை. இப்ப அமெரிக்காவுக்குக் கௌம்பிட்ட. அங்கே ஏராளமான வாய்ப்புவசதிகள் இருக்குதாம். பெய்ன்டிங்க், செராமிக்ஸ், பாட்டரி, பின்னல் வேலை, சங்கீதம். புள்ளைங்களைப் பெத்து வளர்க்கறதிலயே மொத்த வாழ்க்கையையும் செலவழிக்கவேணாம். கடவுள் இப்படிப்பட்ட நல்ல புள்ளைங்களை எனக்குக் கொடுத்தாரு. தங்கமான பிள்ளைகள். ஆனால், என்னால அவுங்களுக்கு எதுவும் கொடுக்கமுடியலை. எந்த வழியையும் காட்டமுடிந்ததில்லை. நீயும் அப்படி செஞ்சிடாதே.

(அழ ஆரம்பிக்கிறாள். விதுலா அவளை அணைத்துக் கொள்கிறாள். சற்றே தள்ளி நின்ற ஹேமா, அங்கிருந்தபடியே நடப்பதையெல்லாம் பார்த்துவிட்டு, கண்ணீரைத் துடைத்துக் கொள்கிறாள். சமையலறையின் வாசலுக்கு வந்து நின்ற ராதாபாய், எந்த உணர்ச்சியுமில்லாமல் எல்லாவற்றையும் பார்க்கிறாள். டெலிபோன் மணி அடிக்கும் சத்தம் கேட்கிறது. ஹேமா அதைக் கையில் எடுக்கிறாள்.)

ஹேமா: ஹலோ ... ஓ ஹலோ ... இஸபெல், நான் ஹேமா. ரோகித் அக்கா. ஹூம் ...

(விதுலா ராதாபாயின் அருகில் சென்று–)

விதுலா, வரேன், ராதாபாய், இந்தா வச்சிக்கோ ...

(கையில் ஒரு காகித உறையை வைத்து அழுத்துகிறாள்.)

ராதாபாய்: வேணாம், வேணாம், எனக்கு எதுவும் வேணாம்.

விதுலா: அப்படியெல்லாம் சொல்லக்கூடாது, என்மீது ஆணை.

ராதாபாய்: அப்படியில்லை, விதுலா. உன் முதல் பிரசவத்துக்கு வருவே இல்லையா, அப்ப வாங்கிக்கறேன். கேட்டுக்கேட்டு நச்சரிச்சி வாங்கிக்குவேன்.

(விதுலா, ராதாபாயைக் கட்டியணைத்து, அப்பாவின் தோள்மீது கைவைத்து, நெற்றியின்மீது முத்தமிட்டு, கண்ணீரைத் துடைத்தபடியே வெளியே ஓடுகிறாள். அம்மாவும் ராதாபாயும் அவள் பின்னாலேயே ஓடுகிறார்கள். இவையெல்லாம் நடை பெறும்போது ஹேமா டெலிபோனில் பேசியபடியே இருக்கிறாள்.)

ஹேமா: அவன் ஸ்டேஷனுக்குப் போய்ட்டான். இப்பதான் போனான் ... ஸ்டேஷன் ரோட் பக்கமா மொபைல்க்கு கவரேஜ் கிடையாது ... இல்லை இல்லை, அவுங்க மல்லேஸ்வரத்தில தங்கலை. அவுங்களுக்கு ஸிரூர் ஒரு கெஸ்ட் அவுஸ்க்கு ஏற்பாடு செஞ்சிருக்காரு ... ம், ஸிரூர் தெரியுமில்லையா? அதான், அந்த ஹைதராபாத்காரங்க... ம்ஹூம், அந்தப் பொண்ண பார்க்கவே போகலை. *At least, I don't think so.* ஆனால், அந்த *Guest office offer* பண்ணாங்க. அவ்வளவுதான்,... *Nice of them. So much more convenient really.* உண்மையைச் சொல்லட்டுமா? இஸபெல், எனக்கு எதுவும் தெரியாது. நீயே அவனோடு மொபைலில் பேசித் தெரிஞ் சிக்கறது நல்லது. நான் இப்ப ஓடணும். பை. *(போனைக் கீழே வைத்துவிட்டு வெளியே வந்தாள்.)*

இன்னும் கொஞ்ச நேரத்துல வந்துடறோம் அப்பா...
கவலைப்படாதீங்க.

(வெளியே செல்கிறாள். அப்பா சட்டென்று விழிப்புற்றவரைப் போல எழுந்து நிற்கிறார். சொற்பொழிவு நிகழ்த்துவதுபோல பேச ஆரம்பிக்கிறார். அவர் பேசிக்கொண்டிருக்கும்போதே டாக்ஸி புறப்பட்டுச் செல்லும் ஓசை கேட்கிறது.)

அப்பா: இப்போது தவிர்க்கமுடியாதபடி, நமது பாதைகள் கிளைவிட்டுப் பிரிந்து வேறுவேறாகும் தருணம் வந்துவிட்டது என்கிற நிலையில், நான் ஒன்றிரண்டு வார்த்தைகள் சொல்ல விரும்புகிறேன். உங்கள் அம்மா சொன்னதை நானும் கேட்டேன். ஆனாலும் ஒன்றைச் சொல்ல விரும்புகிறேன், She is unfair to herself. நாம் அனைவரும் இப்படி ஒன்றாகச் சேர்ந்து, இவ்வளவு அன்போடும், இவ்வளவு சந்தோஷத்தோடும், இவ்வளவு ஒற்றுமையோடும் இருக்கிறோம் என்பதற்கான பேரும் பெருமையும் உங்கள் அம்மாவையே சேரும். அவள் எதையெதையெல்லாமோ சகித்துக்கொண்டாள், எவ்வளவோ சகித்துக்கொண்டாள்! தனக்காக என்று எதையும் அவள் கேட்டதில்லை. என் சம்பளம் என்ன? ஆறாறு மாதங்களுக்கு ஒருமுறை இடமாற்றம். மூன்று குழந்தைகள். இரண்டே இரண்டு புடவைகள். ஒன்று உலர்ந்துகொண்டிருக்கும்போது ஒன்றை உடுத்திக்கொண்டிருப்பாள். அவள் பட்ட பாடுகளைச் சொல்லித் தீராது. ஆனாலும், ஒருகாலத்திலும் அவள் யாரோடும் மோதியதில்லை. முணுமுணுப்பே இல்லாமல் எல்லாவற்றையும் சகித்துக்கொண்டாள்...

கிரீஷ் கார்னாட்

(ராதாபாய் வருகிறாள்.)

ராதாபாய்: *(அப்பாவின் அருகில் சென்று, மெதுவாக)* அவுங்க எல்லாரும் ஸ்டேஷனுக்குப் போய்ட்டாங்க, அப்பா.

அப்பா: ஓ, ஓ, ஓ. சரி சரி

ராதாபாய்: உள்ளே போவலாமா?

(அப்பா தலைநிமிர்ந்தபடி உள்ளே செல்கிறார். அந்த நேரத்தில் விவான் கள்ளத்தனமாக அடியெடுத்துவைத்து வருகிறான். தொலைவிலிருந்தே பார்க்கிறான். ராதாபாய் அவனைப் பார்த்து...)

ஹேமாக்கா ஸ்டேஷனுக்குப் போயிருக்காங்க.

விவான்: ஆமாம், பார்த்தேன். போனதைப் பார்த்துட்டுத்தான் வந்தேன்.

ராதாபாய்: ஏன் அப்படி?

விவான்: அதாவது... அதாவது... அவுங்க எல்லாரும் கௌம்பற பரபரப்புல இருந்தாங்க இல்லையா? எனக்கு இந்தப் புத்தகத்தைத் திருப்பிக் கொடுக்கணும்.

ராதாபாய்: இன்னும் ஒரு முக்கால்மணி நேரத்துல வந்துருவாங்க...

விவான்: அதுதான், அதுக்காகத்தான். நான் இனிமேல புத்தகம் எடுத்துப் போக வரமாட்டேன்னு ஹேமாக்காகிட்ட சொல்லு. என் ஃப்ரெண்ட் அம்புஜா – அவ தாத்தாவுடைய வீடு ரெட்டி காலனியில இருக்குது. அவள் அங்கே லீவுக்காக வந்து தங்கிப் படிக்கறாளாம். மூணு மாசம். நாளைக்கு

நாங்க பிக்னிக் போகலாம்ன்னு திட்டம் போட்டிருக்கோம். நாளைக்கு வேறு எங்கேயாவது ...

ராதாபாய்: எனக்கு இதெல்லாம் ஞாபகத்துல தங்காதுப்பா. நீயே நாளைக்கு வந்து சொல்லு. நான் இந்தப் புத்தகத்தைக் கொடுத்திடறேன். அவ்வளவுதான் ...

விவான்: சரி, என்னால நாளைக்கு வரமுடியாது; இனிமேல, என்னைக்குமே வரமுடியாது ...

ராதாபாய்: சரி.

(புத்தகத்தைப் பிரிக்கிறாள். அதிலிருந்து ஒரு தாளை எடுத்துப் பார்க்கிறாள்.)

ஆனால், இந்தப் பேப்பர் காலியா இருக்குதே. இதுல நீ எதையுமே எழுதலையே.

விவான்: ஒரு *blank paper* கொடுன்னுதான் அவுங்க சொன்னாங்க. அதைக் கொடுத்தா போதும் ...

(ஓடிச் செல்கிறான். புத்தகத்துக்குள்ளேயே தாளை வைத்துவிட்டு, அதை மேசையின்மீது வைக்கிறாள் ராதாபாய். சோஃபாவின்மீது உட்கார்ந்து டெலிவிஷனை switch on செய்கிறாள். நமக்கு டெலிவிஷன் திரை தெரிவதில்லை. ஆனால் நிகழ்ச்சியின் இசை கேட்கிறது. அவள் டெலிவிஷனைப் பார்த்தபடித் தனக்குத்தானே பேசிக்கொள்கிறாள்.)

ராதாபாய்: வயசு வந்த பிறகு, பொண்ண வீட்டுலயே வச்சிக்க முடியுமா என்ன?

(மேடையின்மீது இருள் கவிழ்கிறது. டெலிவிஷனில் தெரியும் பிம்பங்களின் வெளிச்சத்தில் அவள் முகம் ஒளிர்கிறது.)

தெருவுல என்னமோ கலாட்டான்னு எட்டிப் பார்த்தேன். ஒரு பைத்தியம் கூச்சல் போட்டுக்கிட்டே இருந்தா. மோசமான பைத்தியம். தலைமுடியெல்லாம் ஒரே சேறு, சகதி. புடவை – ஜாக்கெட்லாம் கிழிஞ்சிப் போயிருந்தது. தன்னை கல்லால அடிச்ச பசங்களப் பார்த்துக் கன்னாபின்னான்னு திட்டினா.

(நிறுத்தி)

யாருன்னு பார்த்தா, சாவித்திரி! 'எங்க *அம்மா வீடு எங்கே?'* 'எங்கே எங்க *அம்மா?'*ன்னு கேட்டுக்கிட்டே இருந்தா ...

நெஞ்சிலயே எட்டி ஒதைச்சமாதிரி இருந்திச்சி. ஏன் இங்கே வந்திருக்கா? எங்க எஜமானி பார்த்துட்டா? எங்க வீட்டு எஜமானிக்குத் தெரிஞ்சிப் போயிட்டா? அவளுக்கு விஷயம் தெரிஞ்சிட்டுதுன்னா? அப்புறம் எதிர்காலத்துல என் கதி?

ஓட்டமா ஓடி, நான் மொட்டைமாடிக்குப் போய் மறைஞ்சிக்கிட்டேன். முட்டிமேல தலையை வச்சி உடம்ப சுருக்கி உக்காந்திருந்தேன். மூச்சுச்சத்தம் கூட வெளியே கேட்டிருக்காது,. எவ்வளவு நேரம் அப்படி உக்காந்திருந்தேனோ என்னமோ. கொஞ்சம்கொஞ்சமா தெருவுல சத்தம் கொறைஞ்சிது. அப்புறம் அமைதியாச்சி. மெதுவா அடிமேல அடிவச்சி எறங்கி, சமையலறைக்குள்ள போய்ட்டேன். மொட்டைமாடிக் கதவைச் சாத்திப் பூட்டு போட்டுட்டு வந்துட்டேன் ...

(நிறுத்தி)

அன்னைக்கு அவரைக்காய சுத்தம்பண்ணி வச்சிருந்தேன். நான் வைக்கிற அவரைக்காய் கூட்டுன்னா எல்லோருக்கும் உயிர். அதுவும் குறிப்பா, என் எஜமானி பிள்ளைங்களுக்கு ரொம்ப புடிக்கும். நாலே நாலு காய்ஞ்ச மிளகாய், புளி எல்லாம் சேர்த்து நல்லா அரைக்கணும். தேங்காய துருவி கொஞ்சம் அரைச்சி ஊத்தணும். ரெண்டு மூணு திரிபலா. அவ்வளவுதான். போதும். நான் பூண்டு சேத்துக்கமாட்டேன். ஆனா, அங்கேதான் இருக்குது என் கைராசி. கொஞ்சம் கடுகும் உளுந்தும் போட்டு, நல்லா சிவக்கிறவரைக்கும் தாளிச்சி ஊத்திடணும்.

(விளக்கு மங்கிக்கொண்டே சென்று பிம்பத்தின் வெளிச்சத்தில் ராதாபாயின் முகம் மட்டும் தெரிகிறது. அதற்குப்பிறகு, அதுவும் மங்கிக்கொண்டே வருகிறது. மேடைமுழுக்க இருள். அதற்குப் பிறகு, இருளில் குரலும் கரைந்துவிடுகிறது.)

●

கிரீஷ் கார்னாட்

9